I0649713

वि. स. खांडेकरांची
कविता

संपादक
डॉ. अविनाश आवलगावकर

मेहता पब्लिशिंग हाऊस

© +91 020-24476924 / 24460313

Email : info@mehtapublishinghouse.com
production@mehtapublishinghouse.com
sales@mehtapublishinghouse.com

Website : www.mehtapublishinghouse.com

◆ या पुस्तकातील लेखकाची मते, घटना, वर्णने ही त्या लेखकाची असून त्याच्याशी प्रकाशक सहमत असतीलच असे नाही.

V. S. KHANDEKARANCHI KAVITA by V. S. KHANDEKAR

वि.स.खांडेकरांची कविता

संपादक : डॉ. अविनाश आवलगावकर

© सुरक्षित

मराठी पुस्तक प्रकाशनाचे हक्क मेहता पब्लिशिंग हाऊस पुणे.

प्रकाशक : सुनील अनिल मेहता, मेहता पब्लिशिंग हाऊस,
१९४१, सदाशिव पेठ, माडीवाले कॉलनी, पुणे - ४११०३०.

मुखपृष्ठ : रवींद्र व्होरा

प्रकाशनकाल : जानेवारी, १९९९ / सप्टेंबर, २०१४ /
पुनर्मुद्रण : ऑक्टोबर, २०१६

P Book ISBN 9788171618507

E Book ISBN 9789386342935

E Books available on : play.google.com/store/books
m.dailyhunt.in/Ebooks/marathi
www.amazon.in

तीर्थरूप श्रीमती मालती मधुकर
फडे
यांना सादर...

मनोगत

'वि. स. खांडेकरांची कविता' हा ग्रंथ अभ्यासकांच्या हाती देताना मला मनस्वी आनंद होतो आहे. कथा, कादंबरी, ललित गद्य, व्यक्तिचित्रणे तथा समीक्षा इत्यादी सर्वच वाङ्मयक्षेत्रांत भरभरून लेखन करणारे खांडेकर कवी म्हणून मराठीच्या अभ्यासकांना फारसे परिचित नव्हते. परंतु खांडेकरांच्या सिद्धहस्त लेखणीने काव्यलेखनातही आपला अधिकार सिद्ध केला आहे.

पद्मभूषण कै. वि. स. खांडेकरांच्या जन्मशताब्दीनिमित्त पुणे विद्यापीठाच्या मराठी विभागाने दि. १४ व १५ फेब्रुवारी १९९७ रोजी खांडेकरांच्या साहित्यावर चर्चासत्राचे आयोजन केले. मराठी विभाग प्रमुख गुरुवर्य प्रा. डॉ. नागनाथ कोत्तापल्ले यांनी या चर्चासत्रात 'खांडेकरांची कविता' या विषयावर मी निबंध वाचावा अशी सूचना केली. या सूचनेचे फलित रूप म्हणजे प्रस्तुत ग्रंथ होय. याचे सर्व श्रेय डॉ. कोत्तापल्ले यांनाच द्यावे लागेल. चर्चासत्राच्या निमित्ताने शोध घेताना अनेक कविता उपलब्ध होऊ लागल्या. त्या संग्रहरूपाने प्रकाशित कराव्यात असे वाटले. अर्थात यासंबंधीही डॉ. कोत्तापल्ले यांचीच प्रेरणा होती. त्यांचे आभार मी कोणत्या शब्दांत मानू?

खांडेकर कवी म्हणून परिचित नसल्याने किंवा त्यांची कविता ग्रंथरूपाने प्रकाशित झालेली नसल्याने, कवितांचा शोध घेणे तसे अवघडच होते. जुन्या विविध नियतकालिकांतून त्यांची कविता प्रकाशित झालेली आहे. यासंबंधी प्रा. डॉ. कल्याण काळे यांनी मार्गदर्शन करून माझ्या शोधकार्याला दिशा दिली. त्याचप्रमाणे डॉ. मीरा घांडगे, डॉ. गं. ना. जोगळेकर यांचे सहकार्यही मोलाचे ठरले. कवितांची संहिता तयार करण्यापासून तर कवितेच्या अनुषंगाने निर्माण होणाऱ्या अनेक प्रश्नांबाबत डॉ. ललिता कुंभोजकर यांनी मार्गदर्शन केले. या सर्वांचाच मी ऋणी आहे.

या शोधकार्यात मला मदत करणारे माझे विद्यार्थिमित्र प्रा. संभाजी मलघे, श्री. गजानन लोंढे, प्रा. अनिल उगले, प्रा. बाळासाहेब लावरे, श्री. महादेव वाळुंज, श्री. राजेंद्र देवरे, श्री. संतोष चव्हाण, शुभांगी बांगर या सर्वांचे आभार मानणे मी माझे कर्तव्य समजतो. याबाबतीत मुंबई मराठी ग्रंथ संग्रहालय, महाराष्ट्र साहित्य परिषद पुणे, शासकीय ग्रंथालय पुणे तसेच गुरुवर्य डॉ. एस. एस. भोसले, चित्रपट दिग्दर्शक श्री. दिनकर द. पाटील, पुण्यातील अलका

चित्रपटगृहाचे व्यवस्थापक श्री. गोंधळेकर, श्री. बी. व्ही. पाटील, कणकवलीचे डॉ. विद्याधर करंदीकर, सावंतवाडीचे श्री. विद्याधर भागवत, श्री. श्रीनिवास नार्वेकर यांनी केलेल्या सहकार्याबद्दल मी त्यांच्या संबंधीची कृतज्ञता व्यक्त करतो.

प्रस्तुत संपादनाचे काम करताना माझे थोरले बंधू डॉ. रमेश आवलगावकर यांच्याशी वेळोवेळी झालेली चर्चा मोलाची ठरली. कवितांचे पुनर्लेखन करण्यासाठी माझ्या वहिनी सौ. समीक्षा आवलगावकर यांची खूप मदत झाली. त्यांचे आभार मानणे त्यांनाही आवडणार नाही. त्यांचे आशीर्वाद सदैवच पाठीशी आहेत. कवितांच्या शोधकार्यासाठी भटकंती करण्यास मोकळीक दिल्याबद्दल माझी पत्नी सौ. संस्कृती हिलाही धन्यवाद द्यावे लागतील. भटकंती करून कविता मिळाल्या याचा आनंद आहेच, पण मनाशी खंत एकच की, ज्या नियतकालिकांतून या कविता मिळाल्या त्यांची प्रकाशने बंद झाल्याने त्यांचे किंवा संपादकांचे आभार मानणेही शक्य झाले नाही. तरीही त्या नियतकालिकांतून प्रकाशित झालेल्या कविता या पुस्तकात उद्धृत करताना त्या नियतकालिकांचा सौजन्यपूर्ण उल्लेख करीत आहे. मेहता पब्लिशिंग हाऊसने या ग्रंथ प्रकाशनाची महत्त्वाची जबाबदारी स्वीकारली आणि ती योग्य पद्धतीने पार पाडली याबद्दल मेहता पब्लिशिंगचे श्री सुनील अनिल मेहता यांच्याबद्दल कृतज्ञता व्यक्त करून थांबतो.

१ डिसेंबर १९९८   – अविनाश आवलगावकर

अनुक्रम

कविता सूची

वि. स. खांडेकरांनी काही कविता 'कुमार' या टोपण नावानेही प्रकाशित केल्या असल्याने त्या त्या कवितांनंतर तशी नोंद केली आहे. त्यानंतर ज्या नियतकालिकात कविता प्रकाशित झाली त्या नियतकालिकाचे नाव, महिना, प्रकाशन वर्ष व पृष्ठांक असा क्रम ठेवला आहे. ज्या ठिकाणी नियतकालिकाचा प्रकाशन सन कवितेच्या निर्मितीहून वेगळा आहे, त्याठिकाणी नियतकालिकाच्या निर्मितीचा सन कंसात टाकला आहे.

प्रस्तावना

एकोणीसशे वीसच्या आसपास बालकवी, गोविंदाग्रज, रेव्ह. ना. वा. टिळक इत्यादी कवींचे निधन झाल्याने मराठी काव्यक्षेत्रात एक विलक्षण पोकळी निर्माण झाली हे खरे असले तरी आधीपासूनच काव्यलेखन करीत असलेले कविवर्य भा. रा. तांबे, चंद्रशेखर, बी, वि. दा. सावरकर हे कवी प्रसिद्धीच्या झोतात आले, तर माधव जूलियन, गिरीश, यशवंत या रविकिरण मंडळातील कवींबरोबर कवी गोविंद, दु. आ. तिवारी, आनंदराव टेकाडे, कवी माधव, मनमोहन, रा. अ. काळेले, सुधांशु, वा. ना. देशपांडे, ह. स. गोखले, काव्यविहारी, ना. के बेहेरे, या. मु. पाठक, भ. श्री. पंडित, वा. भा. पाठक, वा. गो. मायदेव, गु. ह. देशपांडे, अनंत काणेकर, पु. य. व सौ. विमलाबाई देशपांडे, संजीवनी मराठे इत्यादी कवी कवयित्री काव्यलेखन करीत होते. काव्यनिर्मितीच्या दृष्टीने हा संक्रमणाचा कालखंड आहे. नव्या प्रेरणा आणि नव्या जीवन जाणिवा घेऊन ही कविता साकारू लागली. मराठी काव्यनिर्मितीची ही परंपरा अखंडपणे सुरू होती. काहींनी परंपरा निर्माण केली, काहींनी ती जपली; तर काहींनी त्यात परिवर्तन घडविण्याचा प्रयत्न केला. या कवींबरोबरच मराठी वाङ्मयेतिहासाला फारसे ज्ञात नसणाऱ्या अशा कवींचेही मोठे योगदान लाभलेले आहे. त्यांची कविता संग्रहरूपाने अभ्यासकांपर्यंत पोचू शकली नाही. परंतु रत्नाकर, नवजीवन, नवयुग, मनोरंजन, प्रमोद, प्रतिभा, महाराष्ट्र साहित्य, यशवंत, इत्यादी तत्कालीन प्रसिद्ध नियतकालिकांतून मात्र ती सातत्याने प्रसिद्ध होत होती. अशा कवींमध्येच पद्मभूषण कै. वि. स. खांडेकर यांचा समावेश आहे.

खरे तर कवी खांडेकर असे म्हटल्यावर कोणालाही आश्चर्यच वाटावे. 'घरी एकच पणती मिणमिणती' ही त्यांची उल्का कादंबरीत आलेली कविता मराठीच्या अभ्यासकांना माहिती असली तरी कादंबरीकार खांडेकर, कथाकार खांडेकर किंवा समीक्षक खांडेकर हेच अधिक परिचित आहेत. खांडेकरांच्या समर्थ लेखणीने वाङ्मयाच्या सर्वच प्रांतांत स्वतंत्र स्थान निर्माण केले आहे. कथा, कादंबरी, समीक्षालेखनाबरोबरच लघुनिबंध, रूपककथा, चित्रपटकथा, नाटक, व्यक्तिचित्रणपर

लेख, आत्मचरित्रात्मक लेख इत्यादी वाङ्मयप्रकार त्यांच्या समर्थ लेखणीने हाताळले आहेत. यात त्यांच्या कवितेलाही महत्त्वाचे स्थान आहे. उपरिनिर्दिष्ट नियतकालिकांतून खांडेकरांच्या कविता सातत्याने प्रकाशित होत होत्या. साधारणत: १९१९ ते १९७५ पर्यंत या कविता प्रकाशित झालेल्या आहेत. १९३० पर्यंत त्यात अधिक सातत्य होते असे दिसते. मराठी अभ्यासकांसमोर प्रथमत: खांडेकर आले ते कवी म्हणूनच. खांडेकर लिहितात – 'लौकिकदृष्ट्या लेखक म्हणून माझा जन्म झाला तो १९१९ साली. त्या वर्षी 'उद्यान' मासिकात माझी एक कविता प्रकाशित झाली. तिच्या पाठोपाठ 'नवयुग' मासिकाने माझे छोटेसे टीकात्मक लिखाण प्रसिद्ध केले. अशा रीतीने दोन ठिकाणी माझे नाव छापून आले.'१ खांडेकरांच्या नावावरील प्रकाशित काव्यसूचीप्रमाणे 'उद्यान' मासिकात त्यांची कविता प्रकाशित झाली ती १९२० साली आणि खांडेकर म्हणतात त्याप्रमाणे १९१९ साली त्यांची कविता प्रकाशित झाली ती 'नवयुग' मासिकाच्या ऑगस्ट १९१९ च्या अंकात. तेव्हा प्रस्तुत अंकातील 'होळी' ही त्यांची पहिली प्रकाशित झालेली कविता म्हणावी लागेल. याच अंकात 'केशवसुतांचा संप्रदाय' या ग. त्र्यं. माडखोलकरांच्या लेखाला 'तुतारी वाङ्मय व दसरा' हा लेख लिहून खांडेकरांनी उत्तर दिले. हाच त्यांचा पहिला टीकालेख होय. म्हणजे खांडेकर टीकालेखक व कवी म्हणून अभ्यासकांसमोर आले ते एकदमच. १९१९पासून म्हणजे खांडेकर शाळा-कॉलेजात होते तेव्हापासूनच त्यांची कविता प्रकाशित होऊ लागली. त्यानंतर त्यांची 'हृदयाची हाक' ही पहिली कादंबरी १९३०मध्ये प्रसिद्ध झाली. एकूणच गद्यलेखक म्हणून स्थिर होण्यापूर्वी खांडेकर कवी म्हणूनच त्या काळी प्रसिद्ध होऊ लागले होते. कधी वि. स. खांडेकर या नावाने तर कधी 'कुमार' या टोपणनावाने त्यांच्या कविता प्रसिद्ध होत होत्या.

असे असूनही खांडेकरांची कवी म्हणून वाचकांसमोर प्रतिमा निर्माण झाली नाही. यात खांडेकरांची कविता आशय आणि अभिव्यक्तीच्या दृष्टीने युगमानाशी समानधर्मी नाते सांगू शकली नाही का? की वाचक तिला पुरेशी दाद देऊ शकला नाही? याचा शोध घेणे गरजेचे ठरते. कधीकधी वाचकांचे तथा अभ्यासकांचे मनही पूर्वग्रहदूषित असण्याची शक्यता नाकारता येत नाही. एखाद्या सुप्रसिद्ध, ज्येष्ठ, श्रेष्ठ अशा कवीची कविता वाचताना, ती कविता सामान्य असली तरी श्रेष्ठच कविता आहे अशी एक मानसिकता तयार झालेली असते आणि मग त्यातून घडणारे जीवनदर्शन, त्यामधील काव्यात्मकता शोधण्याचा निरर्थक प्रयत्न केला जातो. उलट एखादा कवी हृदयस्पर्शी अशी काव्यनिर्मिती करणारा असूनही तो कालप्रवाहात कुठेतरी मागे पडतो. याची काही आणखीही कारणे असू शकतात.

'चांदरात व इतर कविता' या काव्यसंग्रहाने वाङ्मयनिर्मितीत आपले पहिले

पाऊल टाकणारे अनंत काणेकर हे नंतर लघुकथा, लघुनिबंध, प्रवास वर्णन, एकांकिका, नाटक इत्यादी वाङ्मयप्रकारांकडे अधिक वळले; त्यामुळे ते कवी म्हणून बाजूला पडून 'लघुनिबंधकार काणेकर' म्हणूनच वाचकांच्या लक्षात राहिले. याचा अर्थ काव्य हेच काही आत्माविष्काराचे एकमेव साधन आहे, असे नाही. विविध वाङ्मयप्रकारांतूनही अधिक उन्नत असा आत्माविष्कार साधता येतो. अर्थात हा ज्याच्या त्याच्या प्रकृतिधर्माचा प्रश्न आहे. प्रसिद्ध नाटककार श्री. वसंत कानेटकर हे प्रारंभी कादंबरी लेखन करीत होते. 'घर', 'पंख' आणि 'पोरका' या त्यांच्या तीन कादंबऱ्या प्रसिद्ध आहेत. परंतु पुढे ते नाटकाकडे वळले आणि नाटकातच रमले. वि. स. खांडेकर प्रारंभी काव्यलेखन करीत होते. पुढे ते इतर वाङ्मयप्रकारात अधिक रमले. वाचक - अभ्यासकांचे लक्षही त्यांच्या काव्येतर वाङ्मयप्रकारांमध्ये अधिक आकर्षित झाले. याचे मुख्य कारण त्यांची कविता ही युगमानाशी आपले नाते सांगणारी नव्हती, किंवा ती सकस नव्हती असे नाही. मात्र; कथा, कादंबरी, लघुनिबंध यांसारख्या जीवनाचा व्यापक पट मांडणाऱ्या साहित्यातून वाचकांना खांडेकर अधिक भावले हे मात्र खरे. अर्थात खांडेकरांच्या लेखक वृत्तीलाही हे वाङ्मयप्रकार अधिक भावले हेही लक्षात घ्यावे लागेल. त्यांच्या मनात असणारी 'जीवनवादी' भूमिका ते या वाङ्मयप्रकारातून अधिक समर्थपणे अभिव्यक्त करू शकले आहेत.

असे असले तरी खांडेकरांची कविता थांबली नव्हती. त्यांचा मूळ पिंडच कवीचा होता. कवितेविषयी त्यांना अधिक आकर्षण होते. संस्कृत श्लोकांची तथा इंग्रजी कवितांची भाषांतरे करून ते आपल्या वहीत लिहून ठेवू लागले. खांडेकरांचे वाचन अफाट होते. परंतु केवळ वाचनाने साहित्याचा पुरेसा आनंद न मिळाल्याने ते लिहिण्याचा प्रयत्न करू लागले. प्रारंभी नाटकांच्या वेडामुळे त्यांनी नाटक लिहायचे ठरवले. 'शनिप्रताप' हे पाच अंकी नाटकही त्यांनी लिहून काढले. पुढे आणखीही काही नाटके त्यांनी लिहिली असली तरी ती संहिता तथा प्रयोगात्मकता या दोन्ही दृष्टीने अयशस्वी ठरली.

गद्य लेखनाने खांडेकरांच्या अंतर्यामीचा कलावंत संतुष्ट झाला नाही. 'एका पानाची कहाणी' या आपल्या आत्मचरित्रात ते लिहितात - 'लेखकांपेक्षा कवींना अधिक मान मिळतो, तेव्हा आपण कवीही झालं पाहिजे, असं मनाशी ठरवून तोही उद्योग थोड्या प्रमाणात मी केला. सुदैवानं नवनीत हातात पडलं होतं. इंग्रजी कवितांना विषय मिळत होते. नवनीत उघडायचं, वामन पंडित. मोरोपंत, रघुनाथ पंडित जो कोणी हाताला लागेल त्याच्या कवितेसारखी रचना करून पहायची असा धूमधडाका मी सुरू केला. मी जे काही खरडत असे, त्यात काव्य कितपत होतं देव जाणे! पण या पद्धतीनं माझा एक फायदा झाला. वृत्तदर्पण न शिकता बहुतेक

जुन्या वृत्तांत, ऱ्हस्व-दीर्घांची फारशी ओढाताण न करता मी लिहायला शिकलो.'२ खांडेकरांचे कवितेविषयीचे प्रेम यातूनच वाढत गेले आणि कवितेतील सौंदर्याची जाणही वृद्धिंगत झाली.

कवितेविषयी प्रेम वाढत गेले असले आणि कविता हे आत्माविष्काराचे चांगले माध्यम आहे याची जाणीव असली, तरी खांडेकर आपल्या काव्यनिर्मितीबद्दल पुरेसे समाधानी नव्हते. आत्मचरित्रात ते लिहितात - 'लहानपणापासून वाचण्याचा छंद असल्यामुळे आणि कविता व विनोदीलेख यांनी निरनिराळ्या कारणांनी सतत पोळत गेलेल्या माझ्या मनावर गार फुंकर घालण्याची आपली शक्ती प्रकट केल्यामुळं मी या दोन वाङ्मयप्रकारांच्या भजनी लागलो होतो. अनुकरणानं प्रेरित होऊन जमेल तसं लिहीत होतो. शब्द, अर्थ यांच्या नानाविध चमत्कृतींशी खेळत स्वतःचं मन रमवीत होतो. पण माझ्या या लेखनात वैशिष्ट्यपूर्ण असं काहीच नव्हतं. माझं मला सुद्धा कधी-कधी ते जाणवत असे. कवितेच्या पाच-दहा ओळी मला सलगपणे सुचत. पण त्यांचा उगम बहुधा एखाद्या चमत्कृतिजनक कल्पनेत असे. भावनेनं उचंबळून येऊन एखादीच कविता मी लिहिली असेल. सहज जुळलेल्या पाच-दहा ओळींना मग मुद्दाम जुळविलेल्या ओळींची जोड द्यावी लागे'३ खांडेकरांच्या काही कविता वाचताना याची निश्चित प्रचिती येते.

आपल्या कविता इतर समकालीन कवींच्या कवितांशी जुळण्यासारख्या नाहीत, आणि आपल्या काव्यलेखनात काहीतरी विलक्षण वैगुण्य आहे, याचे शल्य कुठेतरी खांडेकरांच्या कविमनाला बोचत होते. अर्थात हे विलक्षण वैगुण्य कोणते हे त्यांनाही कळत नसे.

असे असूनही खांडेकरांना कवितेविषयी विलक्षण आकर्षण होते. या काळात सुमारे शंभर-सव्वाशे कवितांचे लेखन त्यांनी केले. त्यांपैकी बऱ्याच कविता तत्कालीन मान्यवर अशा विविध नियतकालिकांतून प्रसिद्धही झाल्या. अर्थात या कविता केवळ कवितेच्या आकर्षणातून निर्माण झाल्या नाहीत. त्यांची मूळ वृत्तीच कवितेशी अधिक जवळीक साधणारी होती. कथा, कादंबरी तथा समीक्षा इत्यादी लेखनांतूनही त्यांच्या कल्पनारम्य वृत्तीची ओळख पटते. उदा., उल्का कादंबरीतील हा उतारा पाहा ४ -

> नवा बंगला बांधून झाला.
> त्याची मंगलौरी कौले किती लाल
> आणि सुरेख दिसत होती.
> संध्याकाळी फिरून परत येताना दुरून
> बंगला दिसू लागला की माझी दृष्टी
> त्या कौलांवर खिळून जाई,

प्रेमाचा रंग तांबडा असतो म्हणतात!
भोवतालच्या साऱ्या घरांची कौले काळसर दिसत.

किंवा 'सूर्यकमळे' या त्यांच्या कथासंग्रहातील 'तीन मने' ही रूपक कथा पाहा[५] -

तिचे डोळे पाण्याने भरले होते.
कुणीतरी विचारले,
'काय झालं?'
ती रडत रडत म्हणाली,
'माझा नवा फ्रॉक फाटला. आता तो शिवला, तरी वाईटच दिसणार!'
या गोष्टीला एक तप होऊन गेले.
तिचे डोळे पाण्याने भरले होते.
कुणी तरी विचारले,
'काय झालं?'
ती रडत रडत म्हणाली,
'माझा हात भाजला.
पातळ जळलं, त्याचं काही नाही.
पण माझा हात आता जन्मभर विद्रूप दिसणार!'
या गोष्टीला एक तप होऊन गेले.
तिचे डोळे पाण्याने भरले होते.
कुणीतरी विचारले,
'काय झालं?'
ती रडत म्हणाली,
'माझा बाळ...'
तिला पुढे बोलवेना. स्फुंदत मोठ्या कष्टाने ती उद्‌गारली,
'मला कपडे नकोत, दागिने नकोत; काही नको.
एक बाळ हवं... देवा, माझं औक्ष घे.
पण माझ्या बाळाला ते भरपूर दे!'

उल्का'मधील उतारा किंवा 'तीन मने' ही रूपक कथा वाचतांना आपल्याला एखादी कविता वाचत असल्याचीच जाणीव होते. खांडेकरांच्या कवीमनाचीच ही निर्मिती होय. त्यांनी लिहिलेल्या 'आगरकर चरित्रातही' 'धैर्याच्या मंदाराचा मंथनदंड करून, रूढिरूप वासुकीला रज्जूचे रूप देऊन, नवे विचार व जुनी मते या देव-दानवांना मंथन करायला लावून जनसमुद्र तथापासून घुसळून काढण्याचे सामर्थ्य सुधारककर्त्यांपूर्वी कोणीही दाखविले नव्हते.' अशी काव्यात्मकतेच्या जवळ

जाणारा कल्पनाविलास साधणारी विधाने पाहायला मिळतात. एवढेच नव्हे तर त्यांच्या टीकालेखनातही याचा प्रत्यय येतो.

या सर्व बाबींचा विचार करता खांडेकर मुळातच कविप्रकृतीचे होते, हे स्पष्ट होते. असे असतानाही ते पुढे कथा, कादंबरी, ललित गद्य या वाङ्मयप्रकारांत अधिक रमले. हा कालखंडाचा तर परिणाम नव्हे ना? कारण या कालखंडातील बहुतेक लेखक वाङ्मयाच्या विविध प्रकारांमध्ये स्वैरसंचार करीत होते. डॉ. एस्.एस्. भोसले म्हणतात त्याप्रमाणे सगळे वाङ्मयप्रकार हाताळून पाहावे आणि आपल्या मन:पूत वृत्ती-प्रवृत्तींना मनसोक्त वाव द्यावा, अशी एकूणच या कालखंडातील लेखकांची भूमिका होती.[६] खांडेकरांच्या बाबतीतही असेच झाले असेल का? परंतु केशवसुत, बालकवींसारखे केवळ कवितेतूनच आपला कलाविष्कार साधणारे कवीही खांडेकरांसमोर आदर्श म्हणून होतेच. अर्थात सर्व वाङ्मयप्रकार हाताळण्यासाठी तेवढी प्रतिभाही समर्थ पाहिजे. खांडेकरांच्या प्रतिभेविषयी कुणाचे दुमत असण्याचे काही कारणच नाही. उदंड प्रतिभाशक्ती लाभलेल्या खांडेकरांनी आपल्या लेखणीला सर्व प्रकारचे स्वातंत्र्य दिले. यामुळेच ती इतर वाङ्मयप्रकारांतही आपले स्थान निर्माण करण्याचा प्रयत्न करू लागली. नाट्यलेखनात ती फारशी रमू शकली नाही. खांडेकरांना गुरुस्थानी असलेल्या श्रीपाद कृष्ण कोल्हटकरांच्या मते खांडेकर कविता आणि विनोदी लेखन स्वतंत्रपणे लिहिण्यापेक्षा जर दोहोंचे मिश्रण असलेल्या गोष्टी लिहिण्यात रमले तर त्यांना लेखक म्हणून मोठे यश येईल. कोल्हटकरांच्या उत्तेजनामुळेच खांडेकर कथा क्षेत्राकडे वळले. आपल्या आत्मचरित्रात ते लिहितात - 'तुमच्यातली काव्यशक्ती आणि विनोदबुद्धी या दोहोंचाही मिलाफ होऊ शकेल, अशा अर्थाचे जे उत्तेजनपर शब्द कोल्हटकरांनी काढले; त्यामुळे माझं मन कथा क्षेत्राकडे वळलं आणि आश्चर्याची गोष्ट म्हणजे आपल्या भोवताली इतके कथाविषय पडले असताना मानवी सुख-दु:ख सरसतेनं सांगण्याचं कथेसारखं उत्तम माध्यम नाही का, हे माझं मलाच कळेनासं झालं' (पृ. ३२२). खांडेकरांची ही भूमिका मला अधिक महत्त्वाची वाटते.

खांडेकर आपल्या कविता गडकऱ्यांना दाखवायचे. गडकऱ्यांनी तर 'तुझं कवितालेखन सुरू ठेव; मात्र आतापर्यंत लिहिलेल्या कविता जाळून टाक' असे गंभीरपणे सांगितल्याचे खांडेकर नमूद करतात.[७] खांडेकरांनी याचा अर्थ 'तू लिहिण्याचा प्रयत्न कर; मात्र इतक्यात छापायची घाई करू नकोस' असा घेतला. 'मंजिऱ्या' या नावाने खांडेकरांचा कवितासंग्रह प्रकाशित होणार होता. तो प्रकाशित न होण्यामागे गडकऱ्यांची ही सूचना तर नसावी ना? पुस्तकरूपाने नसल्या तरी विविध नियतकालिकांमधून मात्र त्या प्रकाशित झालेल्या आहेत. तथा 'वनभोजन'

(टीका - कथा - काव्य) या त्यांच्या ग्रंथात समीक्षाविषयक लेख व कथांसोबतच त्यांच्या अकरा कवितांचाही समावेश आहे.

खांडेकर स्वत:च एक जाणकार समीक्षक होते; त्यामुळे इतरांनी आपल्या साहित्यावर केलेल्या टीकेचा ते आदराने स्वीकार करीत. 'खांडेकरांच्या गद्यात जेवढं काव्य असतं, तेवढं त्यांच्या पद्यात नसतं' असे 'छंदोरचनेत' माधवराव पटवर्धनांनी मांडलेले विचार खांडेकरांनी 'ते अगदी बरोबर आहे, पण ते गद्यातलं काव्य पद्यात न येण्याची कारणं त्या वेळी मला बिलकुल उमजत नव्हती.' असे प्रामाणिकपणे मान्य केले.[८] अर्थात हीच सारी कारणे खांडेकरांना इतर वाङ्मयप्रकारांकडे वळण्यास प्रेरक ठरलीत असे म्हणता येणार नाही. पुढे तर विनोदलेखनातही त्यांचे मन आधीसारखे रमत नव्हते. सभोवतालचे दु:ख, दैन्य, दारिद्र्य ते उघड्या डोळ्यांनी पहात होते. जीवनाचे हे व्यापक - विस्तृत असे बहुविध स्वरूप चित्रित करण्यास त्यांना कवितेचे क्षेत्र कमी पडू लागले असावे. अशा स्थितीत खांडेकर म्हणतात त्याप्रमाणे योगायोगाने त्यांना त्यांच्या शक्तींना अनुरूप असे साहित्यातले क्षेत्र मिळाले. कोल्हटकरांनी ते दाखवून दिले. हे क्षेत्र म्हणजे कथा आणि कथेचे अधिक विस्तृत रूप म्हणजे कादंबरी. या विस्तृत अशा वाङ्मयप्रकारात खांडेकर निश्चितच अधिक रमले असले आणि त्यात ते यशस्वीही झाले असले, तरी काव्याशी त्यांनी आपले नाते तोडले नाही, हे खांडेकरांच्या व्यक्तिमत्त्वाचे वेगळेपण म्हणूनच नोंदवावे लागेल.

खांडेकर म्हणतात, '१९२७-२८ साली गद्यलेखनाकडे वळल्यापासून माझे आधीच तुटपुंजे असलेले कवितालेखन जवळ-जवळ संपुष्टात आले होते. पण 'उल्के'च्या एकंदर वातारणामुळे किंवा ज्या काव्यात्मक मनोवृत्तीने मी या कादंबरीचा विचार करीत होतो तिचा परिपाक म्हणून असेल, भाऊसाहेबांच्या पूर्व-चरित्राचे चित्रण करता करता सहजासहजी ती कविता 'घरि एकच पणती मिणमिणती' गी लिहून गेलो. एवढेच नव्हे, ज्या काळाचे मी या कादंबरीत चित्रण करीत होतो तो काळ आधुनिक मराठी कवितेच्या ऐन बहराचा असल्यामुळे या कादंबरीत ठिकठिकाणी कवितांचा उपयोग करण्याची कल्पना मला सुचली व मी ती अमलातही आणली.' कवी रा. अ. काळेले[९] यांच्या भाषेत बोलायचे झाले तर हा कवी खांडेकरांचा कादंबरीकार खांडेकरांवरील विजयच नव्हे काय? त्यांच्यामधला कादंबरीकार पुढे आला असला तरी कवीही मागे राहणारा नव्हता, हे 'उल्का' या कादंबरीच्या निमित्ताने स्पष्ट झाले.

ज्या कालखंडात खांडेकर काव्यलेखन करीत होते तो कालखंड उदंड काव्यनिर्मितीला पोषक असा होता. रचना, मांडणी, शैली, विषय, प्रवृत्ती इत्यादी दृष्टीने या कालखंडाने वैविध्य सांभाळले आहे. तुतारी मंडळ, रविकिरण मंडळ

यांसारखी काव्यनिर्मितीला प्रेरणा देणारी मंडळेही निर्माण झाली होती. खांडेकर मात्र अशा मंडळांचे सभासद झाले नाहीत. उलट त्यांनी अशा मंडळांवर व अत्यंत सामान्य पातळीची काव्यनिर्मिती करणाऱ्या कवींवर टीका केली आहे. त्यांच्या मते कवींसाठी अशी मंडळे निघण्याऐवजी आता मंडळासाठीच कवी लिहू लागले आहेत. म्हणजे 'उदंड कवी आणि उदंड कविता' हे काही आजच्याच कवी आणि कवितेच्या संदर्भात लागू पडणारे नाही, हे यावरून स्पष्ट होते. मराठी वाङ्मयाच्या इतिहासातील कवितेच्या प्रकरणावरून नजर फिरवली तरी याचे प्रत्यंतर येते.

खांडेकरांची कविता ही या कालखंडाशी आपले नाते सांगणारी आहे. खांडेकर म्हणतात[१०] त्याप्रमाणे चांगले ललित साहित्य हा नेहमीच लेखकाच्या आत्म्याचा उद्‌गार असतो. तो आत्मा कधी जगातले दुःख पाहून कळवळतो, कधी अन्यायाविरुद्ध बंडखोरपणाने लढायला उभा राहतो, कधी जीवनातल्या क्षुद्रतेची आणि मूर्खतेची हसून कीव करतो आणि प्रसंगी ते सुधारावे म्हणून धडपडतो. या आत्म्याचे उद्‌गार बहुविध असतात. त्यांची कविताही अशी विविधांगी आहे. प्रेमकविता, निसर्गकविता, सामाजिक व राष्ट्रीय जाणिवेच्या कविता, वीरगीते, बालगीते, आध्यात्मिक जाणिवेची कविता, सुनीत, व्यक्तिचित्रणात्मक कविता, चित्रपटगीते अशा आशय आणि अभिव्यक्तीच्या दृष्टीने संपन्न असणाऱ्या कवितांचा त्यात समावेश आहे.

या कालखंडावर ज्या केशवसुतादी कवींचा प्रभाव होता, त्या प्रभावातून खांडेकरांची कविताही सुटली नाही. अंतर्बाह्य, प्रत्यक्षाप्रत्यक्ष सूक्ष्म - ढोबळ असे त्या प्रभावाचे स्वरूप आहे. खांडेकरांच्या कवी आणि काव्यविषयक ज्या कविता आहेत त्यावरही हा प्रभाव जाणवतो. अर्थात याविषयीच्या त्यांच्या 'रानफुलाच्या पाकळ्या', 'वेडा' आणि 'आयुष्याचा ग्रंथ' या तीनच कविता आहेत. 'भाऊबीज' या कवितेतही काही उल्लेख आढळतात. खांडेकरांनी केशवसुत बालकवींप्रमाणे कवी, कवीचे अंतरंग, कवीची इच्छा वगैरे कविता लिहिल्या नाहीत किंवा 'आम्हाला वगळा गतप्रभ झणि होतील तारांगणे' असेही म्हटलेले नाही. ते म्हणतात -

जन म्हणती मजलागी वेडा, वेड कशाचे कुणा कळे ।
खडे सोडुनी उधळित असतो सगळयावरती सदा - फुले ।।
मध्येंच बोलत असताना ।
लागे घ्याया मी ताना ।
थांबे कारण नसताना ।
कुणा कळतें कीं मी गातों। ह्रदयांतरिच्या स्फूर्तिबळे ।।

(वेडा)

येथे बालकवींच्या 'वेडा झाला म्हणा हवा तर उठला जनतेंतुनी । कवि हा तन्मय निजगायनी' (कवि) या ओळींची आठवण येते. कवीच्या गाण्यामागे त्यांची आंतरिक शक्ती असते. त्याला वेड असते ते जगावर फुले उधळण्याचे म्हणून जगाचा

'फुले खुडावीं, बाजारामधिं दमडीच्या मोलें द्यावीं ।
पापी श्वासांनी अथवा तीं हुंगुंनि दूर झुगारावीं' ।

(वेडा)

हा व्यवहारीपणा कवीजवळ नाही. संसाराच्या तापाने म्लान झालेल्या जीवनाला कवी आपल्या हृदयाचा वर्षाव करुन फुलवू शकतो. केशवसुत, बालकवी, गोविंदाग्रज या कवींनी हेच केले आहे. 'रानफुलाच्या पाकळ्या' या कवितेत ते लिहितात -

'विषयम जीवित नित्य करी दास्य कालिया घोर।
करी 'तुतारी' कृष्ण धरी, उघडे अरुण द्वार ॥'

ही 'तुतारी' परिवर्तनवादी आहे. रूढ पारंपरिक कल्पना सोडून प्रतिभाशक्तीचा आविष्कार झाला तरच सरस्वतीप्रिय अशी काव्ये निर्माण होतील. कवीजवळ असणाऱ्या या शक्तीलाच खांडेकरांनी वंदन केले आहे. 'आयुष्याचा ग्रंथ' या कवितेत तर त्यांनी संबंध साहित्याविषयी आपली भूमिका मांडली आहे. त्यांच्या मते साहित्यात लेखक आपले हृदयच शब्दबद्ध करीत असतो. प्रतिभेच्या सामर्थ्याने अलंकृत झालेले असे साहित्य निर्माण करणाऱ्या लेखकास सरस्वती कशी दूर करणार? असा ग्रंथ आकाराने लहान असला तरी तो रसिकांना डोलवू शकतो. अर्थातच साहित्याने वास्तव जीवनाची कास सोडू नये ही भूमिकाही त्यांनी स्पष्ट केली आहे.

प्रीती हा एकूणच मराठी कवितेचा केंद्रबिंदू आहे. खांडेकरांनीही प्रेमकविता लिहिलेल्या आहेत. त्यातून प्रेमाच्या विविध भावच्छटा प्रगट होतात. प्रेम ही एक शक्ती आहे, ही पारंपरिक भावना खांडेकर 'ध्येयास' या कवितेतून व्यक्त करतात. कोसळणारे आकाश, भिववणारा भूकंप, सागराचा प्रलय, धावत येणारा झंझावात या साऱ्यांनाच माघारी परतवण्याची ताकद प्रेमात आहे. अशावेळी 'धावुनी चांदण्या वेचू, आलिंगूं इंदुला' किंवा 'लहरींच्या बसुनि विमानी न्याहाळू भूतला' असे कल्पनेचे विश्वही ते रेखाटतात. प्रीती हे मानवी जीवनाचे साध्य नसले तरी सुखाचा स्वर्ग निर्माण करण्याचे ते साधन होऊ शकते, यावर खांडेकरांचा विश्वास आहे. म्हणूनच 'प्रेमजीवन' या कवितेत ते म्हणतात -

'घेवोनी नवजीवना रवि निघे कर्तव्यसंपादना ।
प्रेमाचे बळ - एकटा परि नभीं तीरावरि संचरे ॥

वि. स. खांडेकरांची कविता । ९

गोलार्धा दुसऱ्या प्रकाशित करी, हो श्रांत काया पुन्हां ।
बाहूंच्या मृदुपाशिं पश्चिम धरी, चैतन्य अंगी स्फुरे ।।'

एवढेच नव्हे तर 'एका प्रेमरसाविणें मज दिसे हें शुष्क वाग्डंबर' अशी प्रेमावरची अढळ निष्ठाही लक्षात घेण्यासारखी आहे. 'भरतीची लाट' या कवितेतूनही प्रेमावरील अशीच निष्ठा प्रगट केली आहे.

खांडेकरांच्या या प्रेमकवितांमागे विशुद्ध प्रेमभावना आहे. 'काव्यचंद्र' या कवितेतून ही विशुद्ध प्रीती अद्वैतभावाने अधिक प्रभावीत होताना दिसते. चंद्र आणि कुमुदिनी, चंद्र आणि चकोर पक्षी, चंद्र आणि सागर यांच्यातील प्रेमसंबंधाचे अतिशय प्रभावी असे चित्रण कवीने यात केले आहे. या कवितेच्या शेवटी खांडेकर सागर आणि चंद्र यांच्या प्रेमाची महती वर्णन करतात -

'अर्पी कांचनभूषणें नवनवीं संध्यामहालीं रवी
नाहीं सागरिका भुलोनि पडली प्रेमा बळी पाशवी
चंद्राची नभि कोर ती उगवतां आलिंगना धावते
प्रेमा अंतर अंतराय कुठले? अद्वैति ते नाचतें'

यात प्रेमाच्या अद्वैती सिद्धांताबरोबरच प्रेमाच्या तत्त्वज्ञानाचीही जाणीव होते. येथे कवी अनिल यांच्या 'प्रेमाचे ममत्व' आणि कवी कुसुमाग्रजांच्या 'पृथ्वीचे प्रेमगीत' या कवितांची आठवण होते. 'गुलाबाचे फूल' या कवितेतही असेच प्रेमाचे तत्त्वज्ञान आले आहे. कर्तव्यापोटी प्रेम लाथाडून तो निघाला असला तरी त्याच्या चित्तातील प्रेमवेदना त्याला गप्प बसू देत नाही. तो म्हणतो -

'तुझ्या सहवासीं उजट राजवाडा
तुझ्या सांगातीं भाकरीहि मांडा ।
हृदयमंदिरिं भांडार कुबेराचें ।
मधुर हास्यीं जणुं दिव्य उषा नाचे ।
नको मजला धनमान कीर्ति कांहीं
फूल ल्यावें शिरिं, आस दुजी नाही ।'

'कां मुठींत कोंडिसि मला?', 'गुलाबाचे फूल' या कवितांमधूनही या प्रेमनिष्ठेची प्रतीती येते. 'लाभे गृहसुख निर्मल ज्याला। स्वर्गी काय अधिक त्याला?' (गुलाबाचे फूल) या प्रेमाला शारीरिक वासनेचा स्पर्श नाही. प्रीतीचा प्रारंभ शारीरिक सौंदर्यामुळे निर्माण होणाऱ्या आकर्षणात असला तरी तिची परिणती आत्मिक मीलनात, बाह्य सौंदर्याकडे दुर्लक्ष करून अंत:सौंदर्याचा आस्वाद घेऊ शकणाऱ्या मनात होते. अशी आपली भूमिका खांडेकरांनी कवी यशवंतांच्या 'पाणपोई'[११] या काव्यसंग्रहाला लिहिलेल्या प्रस्तावनेत मांडलेली आहे. 'प्रेमगुणी' या त्यांच्या कवितेत याची प्रतीती येते. 'कां उगिच खिन्न मनिं तूं रमणी?' हा

ध्रुवपदात विचारलेला प्रश्न आणि 'नच मधुर रूपिं परि प्रेम गुणी' हे ध्रुवपदातच दिलेले त्याचे उत्तर पुढील सबंध कवितेचा प्रवास निश्चित करणारे आहे. कविवर्य भा. रा. तांबे यांच्याप्रमाणेच खांडेकरांची कविता ध्रुवपदात संपते असे वाटत असले तरी पुढे ती विविध कल्पनांच्या आधारे विकसित होताना दिसते. आकाश श्यामल असले तरी त्याच्या वर्षावाने सबंध सृष्टी फुलून येते. सागर सावळा असला तरी त्याच्या उदरात मौक्तिके आहेत आणि -

मूर्ति चिमुकली बकुळ फुलांची
कांती न अंगीं चंपक तनुची
अखंड उसळवि सुगंध वीचि
स्फूर्ति कविसि दे नव कवनी

एवढेच नव्हे तर काळ्या रात्रीतूनच उज्ज्वल उषेचा जन्म होतो, राधेला प्रिय असणारा कृष्णही सावळाच आहे. तिच्या मनातील न्यूनतेची भावना नाहिशी करीत खऱ्या सौंदर्याचे चित्रही यातून कवीने स्पष्ट केले आहे. तांब्यांच्या 'जन म्हणति सावळी तुज सगळे' या कवितेची छाप प्रस्तुत कवितेवर असल्याचे सहजपणे लक्षात येते.

खांडेकरांच्या प्रेमकवितेत मीलनाची आसक्ती दिसत नसली तरी विरहाचे दु:ख मात्र जाणवणारे आहे. 'वंचना', 'विरही', 'आश्रमात', 'गाणे कोणाचे', 'फुले वेचिली तिथे गोवऱ्या', इत्यादी कवितेतून या विरहभावनांचे चित्रण आले आहे. प्रेयसीने केलेल्या वंचनेचे दु:ख 'वरि मायावी शृंगार। अंतरी परी अंगार' (वंचना) अशा शब्दात व्यक्त होते. 'क्षणभरी घेसि जरि अंकीं नंदनिंचे सुख उणे' या ओळी तर 'क्षण एक पुरे प्रेमाचा । वर्षाव पडो मरणांचा । या गोविंदाग्रजांच्या काव्यपंक्तींची आठवण करून देणाऱ्या आहेत.

केशवसुत, बालकवी, गोविंदाग्रज, तांबे, रविकिरण मंडळ यांच्या कवितांचे एकूणच या कालखंडाला आकर्षण होते. खांडेकर हे केशवसुतांचे परम उपासक होते तर तांबे आणि गोविंदाग्रजांवर त्यांची निष्ठा होती. गोविंदाग्रजांप्रमाणेच अनेकदा तांब्यांच्याही कवितेची आठवण खांडेकरांच्या कविता वाचताना होते. 'ढळला रे ढळला दिन सखया' ही जाणीव जशी तांब्यांना आहे, तशी ती खांडेकरांनाही आहे. 'खेळ' ही त्यांची कविता तांब्यांच्या 'रिकामे मधुघट' ची आठवण करून देते.

खेळू नको ग खेळ
प्रमदे! नको नको हा खेळ!
मावळत्या मम जीवनिं नाही
या खेळाला वेळ!

तिचे सस्मित नजरेने पाहणे, पदराची सावरासावर करणे, नटणे-मुरडणे यांसारख्या तिच्या यौवनमय क्रीडा सुकलेल्या वेलीला फुलवू शकणार नाहीत याची जाणीवही त्यांना आहे.

मुग्ध मधुर तूं, दग्ध अधर मम
सूर्यफुली तूं निरूपम, मी तम
भिन्न सुरांतिल तारांचा ग कसा जमावा मेळ?

ही केवळ वयाचीच नव्हे तर मनाची परिपक्वता आहे. 'घेता चुंबन एक जाय खुलुनी गाली गुलाबी कळी ।' ही अवस्था आता राहिलेली नाही. त्या कळीचे फूल झाले आणि आता तर फुलांचेही अस्तित्व उरले नाही -

'आता हाय! परंतु काय उरलें? गेली जळोनी फुलें।
प्रीतीची फिरतांच पाठ, सगळे कांटे सलूं लागले।
भासे विश्व उजाड, खिन्न मन हें हालाहलानें जळे।
उद्यानीं रडते स्मशान बघुनी श्रद्धा भयाने पळे ॥ ३॥

(फुलें वेंचिली तिथें गोंवऱ्या।)

बरेचदा अंतर्मनातील स्वरच तारुण्यसुलभ भावनांच्या स्मृती जागवू पाहतो. हे 'गाणे कोणाचे'? चंद्रोदय होताच उमललेल्या कमळातून सुटका होणाऱ्या भ्रमराचे, पक्ष्यांचे, वनदेवीचे, की दूरवर शांतपणे वाहणाऱ्या ओढ्याचे? ते शेवटपर्यंत कळतच नाही. कारण तारुण्याच्या अंधुकतेतच आता हे गाणेही अंधुक झाले आहे. 'गेले वय मी वळुनि पाहिले । अंधुक सारे तें परि दिसले' (गाणे कोणाचे?) हे खरे असले तरी अजूनही त्या दिवसातील प्रेमाच्या सुखद् स्मृतींची पाने सहजगत्या चाळवली जातात.

प्रेमविषयक जाणिवा व्यक्त करणाऱ्या या कवितांमध्ये वैविध्य आहे. तिला केवळ स्त्री-पुरुष, तरुण-तरुणी प्रेमाचाच वास नाही. आई-वडिलांच्या अपत्यप्रेमाचे चित्रण करणाऱ्याही कविता खांडेकरांनी लिहिल्या. 'धावा', 'सूर्य, चंद्र व पृथ्वी', 'बाल-भूपाळी','सुधेस', 'काळरात्र' इत्यादी कवितांमधून बालरूपाचे मोहक दर्शन, त्याचे गोजिरवाणेपण, त्याची निरागसता, त्याच्या अस्तित्वाने जीवनात निर्माण होणारा आनंद आणि त्याच्याशिवाय जाणवणाऱ्या नैराश्यमय जीवनाची असह्य कल्पना या साऱ्या भावभावनांचे अतिशय सुरेख असे चित्रण या कवितांतून आलेले आहे. 'बालभूपाळी' मधील आपल्या चिमुकल्याच्या अर्धोन्मीलीत पापण्यांचे हे लावण्यमयी चित्रण पाहण्यासारखे आहे -

लाडक्या पाडसा उघड उघड रे डोळे ।
किति वेळ जाहला खेळगडी हे जमले ॥ धृ ॥
दारांत, रात्रभर मांडीवरि मातेच्या ।

निजलेली कलिका नाच करी जीवाचा ॥
ही फुलली कसली - ओंठ उघडुनी बसली ।
मग तुझीच बाई, आज कळी कां मिटली? ।
दंवबिंदुमिषानें दुग्धपानही झालें ।
तो ओघळ पाहीं, उघड उघड रे डोळे ॥ १ ॥
हे खिडकीमध्यें फूलपाखरूं खेळे ।
हलवुनी चिमुकले पंख तुजसवे बोले ॥
गट्टी न कालची विसरे गोजिरवाणे ।
बागेत तुझ्याविण न रुचे त्याला भ्रमणें ॥
ती नको तुझ्याविण फुलाफुलांची फुगडी ।
फू - गडी फुलांची, गडी न डोळे उघडी ॥ २ ॥

दिशेने हासणे, पंखांचे बोलणे, वृक्षांचे मंदिर, फुलाफुलांची फुगडी इत्यादी सुंदर कल्पना रसिकांना आकर्षित करतात. या चिमुकल्याच्या स्पर्शाने काळरात्रीच्या भयानकात देखील आईला संजीवनी लाभू शकते (काळरात्र). या पार्श्वभूमीवर तांब्यांची 'नदितिरी उभी' ही कविता वाचून पाहण्यासारखी आहे.

'अशोकवनात', 'वृंदावन' या कवितांमधून खांडेकरांनी पौराणिक प्रेमाची महती चितारली आहे. कांचनमृगाची भुरळ पडलेल्या जानकीला प्रत्यक्ष सोन्याच्या लंकेत गेल्यावर असह्य होणाऱ्या पतिविरहाचे चित्र 'अशोकवनात' येते तर 'वृंदावन'मध्ये कृष्ण-रुक्मिणीच्या चिरंजीव प्रीतीचे. 'प्रेम रुक्मिणि-पत्रिका परिसली, झाली पुराणी कथा' असे कवी म्हणतो तेव्हाच 'प्रीती चिरंजीविनी' हा दृढ विश्वास मोलाचा ठरतो. प्रीतीतून अध्यात्म, प्रीतीतून जीवनविश्वास, एवढेच नव्हे तर प्रीती ही जीवनातील साऱ्या संवेदनांची प्रतीती ठरावी अशी खांडेकरांच्या कलावंत मनाला ओढ लागलेली दिसते.

प्रेगकवितेतील हीच उत्कटता त्यांच्या निसर्गकवितांतूनही जाणवते. निसर्गसौंदर्याविषयी खांडेकरांच्या मनाला आधीपासूनच आकर्षण होते. शाळेत आणि कॉलेजात असताना बालकवींचे अनुकरण करून आपण खेडेगावचे विविध ऋतूतील सौंदर्यवर्णन करणाऱ्या अनेक कविता लिहिल्या असल्याचे स्वत: खांडेकरांनीच कबूल केले आहे.[१२] यातूनच त्यांना निसर्गाकडे पाहण्याची एक दृष्टी प्राप्त झाली. वर्डस्वर्थची इंद्रधनुष्यावरची 'My Heart leaps up when I behold a rainbow in the sky' ही कविता त्यांनी वाचली आणि जणू काही सांगलीतल्या निसर्गानं, कृष्णामाईनं, आंबराईतल्या फुलांनी आणि रोज रात्री नक्षत्रांची रांगोळी काढणाऱ्या आकाशानं आपल्याशी एक नवं नातं जोडलं आहे असे त्यांना वाटू लागले. निसर्गाचा एक नवा साक्षात्कारच त्यांना झाला. ते

लिहितात 'निसर्गाच्या साऱ्या चलनवलनात, त्याच्या स्मितात त्याच्या भ्रुकुटीभंगात केवढं काव्य आहे, हे उमजल्यावर मला चिरंतन आनंदभांडाराची एक नवी किल्ली सापडल्यासारखं झालं'[१३]

ज्या शिरोड्यात खांडेकरांनी आपले आयुष्य घालविले आणि साहित्यिक कारकिर्दीला प्रारंभ केला त्या शिरोड्यातच खांडेकरांना निसर्गाच्या चैतन्यरूपाची जाणीव झाली. निसर्ग हा माणसाचा अबोल भासणारा व जिवाभावाचा मित्र आहे, याची साक्षच जणू या शिराड्याने त्यांना दिली. शिरोड्यातील निसर्गानुभवाचे चित्रण करताना ते लिहितात - 'माडाचं पान वाऱ्यानं हलत नसून जणू काही आपल्याशी ओळख दाखविण्याकरिता तो आपला हात हलवीत आहे, चांदण्या चमकत नसून त्या नेत्रपल्लवी करीत आहेत. अशाप्रकारचा सुखद भास मला होऊ लागला. खेड्यामध्ये निसर्गाची माणसाशी लवकर मैत्री होते हा अनुभव मी घेतला.'[१४]

निसर्गाविषयीची ही अनुभूती वेगवेगळ्या रूपातून अभिव्यक्त होताना दिसते. कधी सूर्य, चंद्र, तारका, नदी, समुद्र, वीज व नक्षत्रे यांच्यासंबंधी तर कधी जास्वंदी, सुरंगी, बकुळ, पारिजात, जाई, जुई, गुलाब इत्यादी फुलांसंबंधी त्यांनी कविता लिहिल्या. या कवितांची पार्श्वभूमी मात्र निसर्गसौंदर्याचीच आहे. 'दवबिंदूंचे गाणे', 'बाळाची शाळा', 'भाऊबीज' यांसारख्या कविता येथे उल्लेखनीय आहेत. 'दवबिंदूंचे गाणे' मध्ये तर निसर्गाचे साक्षात चैतन्यमयी रूपच खांडेकरांनी साकार केले आहे. उत्तुंग प्रतिमा आणि भव्यदिव्य शब्दांमध्ये अडकलेल्या कादंबरीकार खांडेकरांपेक्षा येथे जाणवणारे कवी खांडेकर हे निश्चितच वेगळे आहेत.

'रुसोनीया पानांआड । बैसल्या ज्या कळ्या द्वाड ।
लाडें लाडें त्यांना गोड हंसूं आणू या ॥ ३ ॥
विश्वाच्या या भव्य वृक्षीं । तारकांचे दिव्य पक्षी
डोलवाया तरुमूळी जळ घालूं या ॥ ४ ॥

किंवा

किरणांच्या विमानांत । वायूवारी झोके घेत
प्रेमगीत गात गात । घरी येऊं या ॥ ९ ॥

यासारख्या सुंदर कल्पना रसिक मनाला आकर्षित करणाऱ्या आहेत. निसर्गाशी साधलेली ही तन्मयता मृत्यूपासून निश्चितच दूर नेणारी आहे. 'मरणाचे भय कोणा?' हा कवीचा प्रश्न येथे चिंतनीय आहे. 'बाळाची शाळा' ही सबंध कविता तर संवादातूनच साकार झालेली आहे. त्यामुळे त्यात आपोआपच नाट्यात्मकता निर्माण होते. खेळात गुंग झालेल्या बाळाला आई शाळेत जायला सांगते, तेव्हा बाळ निसर्गातील सुंदर चित्रांची एक मालिकाच गुंफतो. स्वच्छंदपणे रानात फिरणारा, वेणुच्या कर्णी शीळ घालणारा वारा कधी शाळेत जाते का? आकाशात

गडगडाट करणारी वीज कधी शाळेत जातो का? मग मीच का शाळेत जावे? असा प्रतिप्रश्न बाळ आईला विचारतो. त्याने आईशी साधलेला हा संवाद पाहा -

'खेळुनी पहाटे नक्षत्रें जीं निजलीं ।
कां अजुनी नाही शाळा त्यांची भरली ॥
बागेत सदोदित फुले खेळती सारी ।
कधिं कटकट नाहीं शाळेची त्यां भारी ॥
हांसऱ्या झऱ्याला नाचत नाचत जातां ।
'चल शाळेला जा' कधीं न सांगे माता ॥
स्वच्छंद गाउनी राघू रमतो रानीं ।
कां घोकावी मी पाढ्यांचीं रडगाणीं ॥
हीं देवाजीचीं बाळें उधळिति रंग ।
मग खेळ सोडुनी शाळा मज का सांग? ॥ ३ ॥

येथे सबंध निसर्गाचा एक सचेतन प्रत्यय येतो. जीवनाचा गंभीरपणे विचार करणारे खांडेकर निसर्गाकडे तेवढ्याच निरागसतेने पाहतात. त्यांच्यातील बाल्यसुलभ निरागसतेचा येथे प्रत्यय येतो. बालकवी, वर्डस्वर्थ यांची निसर्गकविता, सांगली, शिरोडे येथील निसर्गदृष्टी यामुळे लाभलेल्या दिव्यदृष्टीनेच खांडेकर आपल्याला येणाऱ्या निसर्गसौंदर्यानुभवांकडे पहात होते; परंतु त्यांचे निसर्गप्रेम बालकवींच्या निसर्गप्रेमासारखे सहजस्फूर्त दिसत नाही. 'बाळाची शाळा', 'दवबिंदूंचे गाणे' यांसारख्या कवितेत ते दिसत असले तरी बऱ्याच कवितांमधून खांडेकरांमधील तत्त्वचिंतक, तत्त्वशोधक, समाजचिंतक निसर्गापासून खांडेकरांची फारकत करताना दिसतो. 'भाऊबीज' ही कविता यासंदर्भात खूप बोलकी आहे. खांडेकरी स्वभावाप्रमाणे ही एक दीर्घ कविता. यातील हे कडवे पाहा -

'चंद्र बिजेचा आनंदाचा येई उदयाला ।
लहरि - करीनिज भगिनी लक्ष्मी ओंवाळी त्याला ॥
या लहरींच्या कोमल हाती वर्तुळ - तबकांत ।
निरंजने ही फेनमिषानें चमकत हंसतात ॥
दशा सुताची लोक अर्पिती, भाऊरायाला ।
हिनें अर्पिला निळासावळा सुंदरसा शेला ॥
चंद्र सुधेची तबकामध्यें ओंवाळणि घाली ।
प्रीति भेटली प्रीतीलागीं क्षणीं एक झाली ॥ ९ ॥

इंद्रियगोचर अशी निसर्गदृश्ये खांडेकर जेव्हा चित्रित करतात तेव्हा निश्चितच बालकवी समोर उभे राहतात. बावीस कडव्यांच्या 'भाऊबीज' या कवितेतील पंधरा कडव्यांमधून निसर्गदृश्यांची एक मालिकाच उभी केली आहे; परंतु सोळाव्या

कडव्यापासून ही कविता आपला मार्ग समाजपरिवर्तनाच्या दिशेने बदलते. पुढे खांडेकर लिहितात -

'महाराष्ट्रभू, नवयुग आहे परिचित पूर्ण तुला ।
शिवरायाच्या नयनी नाचुनि विक्रम दाखविला ।।
सिंहगडाचा सिंह तसा तो खिंडींतिल वीर ।
यांच्या रूपें नवयुग दिसलें, देउनियां धीर ।।
नेली दिल्ली पुण्यपुराला गाजी तो बाजी ।
माधव पहिला विजयश्री ज्या सदैव हो राजी ।।
तुझेच माते पूत जयांनी तुजला उद्धरिलें ।
नव्या युगाचें स्मरण सदोदित तुझ्या मनी खेळे ।। १९ ।।

क्षणोक्षणी नित्यनूतन रूपे धारण करणाऱ्या सौंदर्यसृष्टीला गोचर करू पाहणारे खांडेकर नकळतपणे समाजचिंतनाकडे वळतात. बालकवींची कविता म्हणजे निसर्गसौंदर्याचे साक्षात्कारी रूप होय. त्यांची कविता निसर्गाशी तादात्म्य पावते. तर खांडेकर या सौंदर्याची रूपं जीवनातील इतर घटकातही शोधू पाहतात. मुळात निसर्ग कविता म्हणून ही कविता इतकी चांगली आहे की ती बालकवींच्या फुलराणीशी साम्य सांगू पाहते. भावनोत्कटता, रम्यता, निसर्गसौंदर्याची परिसीमा इत्यादींची सातत्याने जाणीवही त्यात होते. बालकवींप्रमाणे शेवटच्या कडव्यापर्यंत खांडेकरांची ही वृत्ती टिकून राहिली असती तर 'भाऊबीज' ही एक चांगली निसर्ग कविता ठरली असती. 'स्वातंत्र्य लहरी' ही कविताही अशाच स्वरूपाची आहे. दहा कडव्यांच्या या कवितेत सहा कडव्यांपर्यंत निसर्गाची नयनरम्य अशी विविध दृश्ये कवीने चितारली आहेत. मुळात या 'स्वातंत्र्य लहरींच आहेत. पुढील चार कडव्यांत ती पारतंत्र्याची जाणीव करून देते. अर्थात निसर्गाच्या ठिकाणी असणारा स्वच्छंदीपणा खांडेकरांना वास्तव सृष्टीत अपेक्षित आहे. म्हणूनच ते म्हणतात -

'या तीरांहुंनि त्या तिरावर ।
अफाट पसरे प्रेमळ सागर ।
स्वच्छंदानें, स्वतंत्रतेनें ।
सूर मनाचे भरुनी गाणें ।
ताना छेडित गात रहावें ।
पदराखाली झोपी जावें ।।
प्रचंड नौका कंदुक करुनी ।
सहज उडवुनि द्याव्या गगनीं ।।
बुद्धिबळाचा गर्व दाटला ।
मनुज विसरला परमेशाला ।।

नौका नेउनि सागरांतरीं ।
जागा दावणें कुठें श्रीहरी ।
हे लहरींचे जीवित होते ।
स्वातंत्र्यच की मूर्तिमंत तें ।।

निसर्गातील या मूर्तिमंत स्वातंत्र्याचा त्यांना ध्यास आहे. या सृष्टीवर ते उपभोगता येत नाही याचे मनस्वी दुःखही आहे. म्हणून तर ते बालकवींप्रमाणे आकाशात अवगाहन करू पाहतात -

'आकाशातिल चंद्र धराया ।
प्रयत्न केले कितिक वाया ।।
जन्मभूमिला मिठी मारुनी ।
काय साधिलें जगतीं कोणी ।।'

बालकवींच्या उदासीनतेमागेही हेच दुःख असावे. 'कोठुनि येते मला कळेना । उदासीनता ही हृदयाला' या त्यांच्या प्रश्नाचे उत्तर त्यांना गवसले नसले, तरी त्यांच्या मनात भिनलेला सौंदर्याचा मूर्तिमंत आविष्कार असलेला निसर्ग आणि त्यापासून खूप दूर असलेले वास्तव जीवन यातील संघर्षातच ते असावे, असे वाटते. याची जाणीव असल्यानेच 'बालविहग' होऊन स्वच्छंदपणे आकाशात अवगाहन करावे, असे त्यांना वाटू लागते आणि सौंदर्यवादी मन निष्कारणच विमनस्क होऊन बसते. खांडेकरांच्या मनाची अस्वस्थताही अशीच जाणवते. बालकवींची ही उदासीनता व्यक्तिगत पातळीशी निगडित असल्याचे जाणवते, तर खांडेकरांची दुःखद जाणीव व्यापक आहे, विश्वात्मक आहे. 'प्रकाश देतो चंद्र आम्ही । विश्वाचे या अवघ्या स्वामी' अशी कवी सामर्थ्याची त्यांना जाणीव असली तरी वास्तव ते नाकारू शकत नाहीत.

बालकवींचे अनुकरण करून आपण खेडेगावचे विविध ऋतूंतील सौंदर्यवर्णन करणाऱ्या कविता लिहिल्या, असे खांडेकर स्वतःच सांगत असले तरी खांडेकरांची निसर्ग कविता बालकवींच्या अनुकरणातच संपत नाही, हे सहजगत्या लक्षात येते. त्यांच्या स्वतंत्र सौंदर्यदृष्टीचा परिचय देणाऱ्या काही कविता आणखीही दाखविता येतील. उदा. 'हिरवा चाफा', 'भग्नहृदय', 'उदास उत्कंठा', 'फेकलेली फुले' इत्यादी. यातील काही सुरेख कल्पना पाहा -

'प्रवेशता मज संमेलन तें सकल फुलांचे दिसे,
पदोपदीं नवरंग दावुनी नयनां लावी पिसें.
विश्वामधलें वात्सल्यचि वा सुमनमिषानें हसे,
घेति देवता पुष्परूप वा भास असा होतसे.'

(हिरवा चाफा)

वि. स. खांडेकरांची कविता । १७

'विद्युन्माला चमक फेंकिते तिमिरी कोठें तरी ।
काळवंडली सृष्टि हांसते क्षणभर मग अंतरी ॥
नाचत नाचत मेघ उधळितो जलबिंदूंची फुलें ।
गळा घालुनी माळ मनोहर सुकलेले तृण डुले ॥
(फेकलेली फुले)

निसर्गाच्या आधारे मानवी भावभावनांची विविध स्पंदने टिपण्याचा प्रयत्न खांडेकरांनी केला आहे. 'समुद्र व निर्झरिणी' मधून समाजातील मानवी वृत्ती - प्रवृत्तींचे चित्रण केले आहे, तर 'अरण्यरोदन' (अरण्यरुदन?) 'हिरवा चाफा', 'बाले', 'आश्वासन' इत्यादीतून प्रेमाच्या सफल-विफलतेचे चित्रण आलेले आहे. वृक्ष, वसंत, सूर्य, कमळ, मेघ, लतिका, सिंहकटी, गुलाब, कुंद इत्यादी उपमादिकांच्या आधारे कवीने मानवी मनातील सूप्त भावनांना आकार दिलेला आहे. 'तिची फुले' या कवितेत माहेरी आलेल्या आपल्या मुलीला आईने 'सासरी फुले किती फुलली?' म्हणून विचारणा केली असता मुलीने फुलांच्याच आधारे केलेले माहेरच्या प्रेमळ लोकांचे चित्रण मोठे हृदयंगम असे आहे. भाऊजी जणू 'गंधहीन परि गुंफिति कुंतलि अबोलिचे झेले' असे आहेत, तर सासुबाई नाजूक जुईजाई सारख्या आहेत. 'सुरंगी माळ कळ्यांची' वाटावी अशी वन्सं आणि 'तिकडली - बोलुं काय बोला । 'निशिदिनि गुलाब फुललेला'. विविध फुलांच्या आधारे कवीने घेतलेला नवविवाहितेच्या मनाचा हा शोध लक्षणीय आहे. खांडेकरांच्या कलात्मकतेचा प्रत्यय येथे आल्याशिवाय राहात नाही.

निसर्गाचे हे सुंदर रूप मनाला जेवढे आकर्षित करणारे आहे, तेवढेच त्याचे दुसरे भयानक रूपही आहे. बालकवींच्या 'खेड्यातील रात्र' या कवितेतही निसर्गाच्या अशा भयानकतेचे दर्शन घडते. खांडेकरांनी आपल्या 'काळरात्र' या कवितेतून निसर्गाच्या अशाच भीषण रूपाला साकार केले आहे. ते शब्द चित्र पाहा –

कडकड कडकड वीज कडाडे, कळे न कोठें पडे!
झोंप परि डोळ्यांवरली उडे
अंबरी कोंडिल्या पंजरि कुणि वाघिणी,
बाहेर येति त्या आतां चवताळुनि !
उसळती बिळांतुनि पिवळ्या वा सर्पिणी
वाऱ्याचे फुत्कार भयंकर ! कोसळती कीं कडे!
बापडें मन खाली सापडे.

'नच विजा चमकती ज्वाळा नभ चुंबिता', 'काळरात्र विकराळ मांडिलें तांडव चोहिंकडे' यासारख्या ओळींमधून ही भेसूरता अधिक उग्र रूप धारण करते. भयानकरस निर्माण करणारी ही कविता, खांडेकरांची एक यशस्वी कविता म्हणून

गणावी लागेल.

प्रीती, दु:ख, स्वातंत्र्य, पारतंत्र्य, स्वच्छंदीपणा, भावनोत्कटता इत्यादी मानवी भावभावनांचा हेत्वारोप निसर्गावर करून आपल्या प्रतिभेने खांडेकरांनी निसर्गाला सजीव केले आहे. बालकवींचा प्रभाव स्वीकारूनही त्यांची निसर्गकविता आपले स्वतंत्र रूप साकार करण्यास असमर्थ ठरली नाही. निर्जल मेघ, दरिद्री जमदग्नी, अरुणाचा रक्तध्वज, काळा काळोख यांसारख्या निसर्ग प्रतिमा किंवा हासरा तारा, निजलेली नक्षत्रे, वेणुच्या कानात शीळ घालणारा आणि पर्णांच्या मृदुतारा छेडणारा वारा, कारंजासारखे तुषार उडविणारा चंद्र, जलबिंदूंची फुले यासारख्या अप्रतिम कल्पना तथा 'चिमणा सागर हिरवा' यासारख्या अतिशयोक्तीपूर्ण वर्णनातून खांडेकरांच्या स्वतंत्र प्रतिभेचे दर्शन घडते.

महत्त्वाची गोष्ट म्हणजे खांडेकरांची कविता निसर्गसौंदर्याकडे आकृष्ट होत असली तरी तिला वास्तवाची जाणीव आहे. म्हणूनच निसर्गाच्या आधारे त्यांची कविता उदात्त जीवनाचे चित्र रेखाटते. ती बालकवींच्या कवितेप्रमाणे स्वप्नाळू होत नाही. तीत निराशा असेल, व्याकुळता असेल; परंतु त्याला व्यक्तिगत दु:खाची किनार नाही. त्यांची वृत्ती सौंदर्यपूजनाची असूनही तिला चिंतनशीलतेची डूब आहे, हे वेगळेपणही लक्षात घ्यावे लागेल.

या सृष्टीसौंदर्यातच खांडेकरांना परमेश्वराच्या अस्तित्वाची जाणीव होते. किंबहुना हे सारे सृष्टीसौंदर्य म्हणजे जणू काही त्यांना त्या अगाध, अदृश्य परमेश्वराचेच गोचर रूप वाटू लागते. सांसारिक सुखदु:खांनी कंटाळलेला आत्मा परात्पराच्या दर्शनासाठी आसावला आहे, अशी टिप्पणी जोडलेल्या 'उदास उत्कंठा' या कवितेत 'उदय कधी होणार?' 'दर्शन कधि देणार?' अशी परमेश्वराला विनवणी करीत असतानाच या सृष्टीत त्याचेच रूप कवीला दिसू लागते. खांडेकर लिहितात -

'अनंत तारा चमकति गगनीं ।
तुझ्या प्रीतिच्या जणुं आठवणी ।'

निसर्गातील ही सारी चैतन्यरूपे म्हणजे परमेश्वर प्रीतीच्याच रम्य आठवणी कवीला वाटू लागतात. कवी वर्डस्वर्थला निसर्गामध्ये परमेश्वराचा असाच भास होई. निसर्गात परमेश्वराचे अस्तित्व जाणवूनही खांडेकरांना अपेक्षित असलेले हे परात्पर रूप निसर्गाच्या पलीकडे कुठेतरी शिल्लक राहते.

'कोट्यावधि जरि दीप लाविले ।
भंगुर वैभव भासे सगळे ।
तव किरणांचे तेज आगळे'

कारण चंद्र, चांदण्या, वीज, संध्यारंग, तारे या साऱ्यांनाच मर्यादा आहे. 'न

ढळे मुळि अंधार' 'परि ते चंचल फार', 'कलंक सलतो फार' यातून ते स्पष्ट होते. बालकवींच्या पार्श्वभूमीवर खांडेकरांची कविता या ठिकाणी निश्चितच वेगळी ठरते. 'हृदयाचे रडगाणे', 'उदास उत्कंठा' अशी एखादी दुसरीच कविता खांडेकरांची आध्यात्मिक कविता म्हणून दाखविता येईल. 'हृदयाचे रडगाणे' मध्येही क्षणभंगुर जीवनाचे चित्रण करून 'कोण दुजा आधार, दयाळा कोण जगी आधार' अशी परमेश्वराला विनवणी केली आहे. दारिद्र्य, पारतंत्र्य यामुळे समाजाची, देशाची बिकट अवस्था झाली आहे. म्हणून देवाने अवतार घ्यावा अशी अपेक्षाही ते व्यक्त करतात (आजचा गणपति). आपल्या कार्यास दैवाची साथ असणे आवश्यक आहे, हे सांगताना ते म्हणतात -

'दैवाची परि वक्र अंगुली यदा चक्रामध्ये ती शिरे
एका भग्न कण्याशिवाय न तिथे नावास कांही उरे'

परंतु याचा अर्थ खांडेकर दैववादी होते, असे नव्हे. त्यांनी परमेश्वराचे अस्तित्व नाकारले नाही. समाजाला, राष्ट्राला बिकट अवस्थेतून वाचविण्यासाठी, परमेश्वराने अवतार घ्यावा, अशी विनवणीही ते करतात; परंतु त्याभोवती ते अंधश्रद्धेचे वलय निर्माण होऊ देत नाही. देशावर इंग्रजांची सत्ता होती, त्यातून पारतंत्र्याची बोचरी जाणीवही भारतीय मनाला होती; परंतु त्याचबरोबर इंग्रजी साहित्याच्या वाचनाने पाश्चात्यांच्या जीवनप्रणालीचा, आचार-विचारांचा, वैज्ञानिक भूमिकेचा जवळून परिचय होत होता. विज्ञानापासून दूर जाऊन आपण 'गणेशचतुर्थी'च्या उत्सवात सारे दंग होतो, याचे शल्य कवीच्या मनात सलत होते. भारत देश हा परंपराप्रिय व उत्सवप्रिय देश आहे; परंतु त्याचबरोबर दैवावर, देवावर हवाला ठेवून बसलेल्या भारतीयांची निष्क्रियताही लक्षात घेण्यासारखी आहे. यासंबंधात भारतीय व पाश्चात्यांची तुलना करताना खांडेकर लिहितात –

'शास्त्री यंत्रकलांत आज सगळे पाश्चात्य पारंगत ।
बुद्धीचा प्रभु हा गणेश पुजुनी पाण्यात आम्ही उभे.'

(गणेशचतुर्थी)

भारतीय परंपरेचा वा संस्कृतीचा कुठेही अवमान न करता पाश्चात्यांच्या विचारसरणीचा स्वीकार करणारी खांडेकरांची भूमिका येथे स्पष्ट होत असली तरी खांडेकर अशा कवितांमध्ये रमत नाहीत, हे विशेषत्वाने लक्षात घ्यावे लागेल.

भिन्न भिन्न विषयांनी खांडेकरांचे अनुभवविश्व समृद्ध झाले असल्याने त्यांनी विविध विषयांवर कविता लिहिल्या; परंतु खांडेकरांच्या कवितेला मुळात आकर्षण आहे ते मानवतावादी, जीवनवादी मूल्यांचे. आणि खांडेकरांच्या पिंडाशी ते मुळीच विसंगत नाही. विशाल मानवतावादी दृष्टी आणि सामाजिक परिवर्तनवादी भूमिका असलेल्या या कालखंडाशी कथा-कादंबरीकार म्हणून जसे खांडेकरांचे नाते जडले

होते तसेच ते कवी म्हणूनही होते. जीवनातील विसंगती, सुख दुःख, आशावाद, कौटुंबिक जिव्हाळा, समाजाविषयीचे प्रेम, जीवनमृत्युविषयक जाणीव, जीवनातील परिवर्तन, वेगळ्या मार्गाचा शोध अशा विविध जाणिवा त्यांच्या कवितेतून समर्थपणे व्यक्त होतात. खांडेकरांना मुळात सौंदर्याचे आकर्षण आहे; परंतु त्यांचे हे सौंदर्यपूजन रमणीचे लावण्य किंवा सृष्टीतल्या रमणीय देखाव्यापुरतेच मर्यादित राहात नाही.

पुन्हां तारा हासल्या गगनभागीं ।
चंद्र गंधित करि विश्व निज परागी ।।
खिन्न रजनी खेळते प्रणयरंगीं ।
विजेविण मज जग शून्य मी अभागी ।। ५ ।।

(आशेची आशा)

यापलीकडे कुठेतरी जीवनाचे रूप त्यांना दिसते आहे. जीवनाच्या प्रत्येक अनुभूतीतून त्यांना सौंदर्याची साद ऐकू येते. समानता, त्याग, आत्मियता, प्रेम, माणुसकी इत्यादी रूपांमधून हे सौंदर्य त्यांना हवे आहे.

खांडेकरांच्या मनाने आदर्श जीवनाचे एक सुखस्वप्न रंगविले होते. त्यांचे जीवनाविषयीचे सखोल चिंतन आहे, आणि त्या चिंतनाचे धागे त्यांच्या मनात असलेल्या सत्य, शिव आणि सौंदर्य या मूल्यत्रयींशी बांधलेले आहे. त्यांची जीवनविषयक भूमिका या आदर्श संकल्पनांचाच एक भाग म्हणावा लागेल. अशा मूल्याधिष्ठित जीवनावर त्यांचे प्रेम आहे, श्रद्धा आहे. म्हणून तर व्यक्ती व राष्ट्र या दोहोंविषयी निराश झालेल्या एका मनाला त्यांचे दुसरे मन उत्तर देऊ शकते आणि त्यातून 'चल पुरे तुझे रडगाणे' ही कविता आकाराला येऊ शकते. रडणे हे संपल्याचे प्रतीक आहे आणि खांडेकरी वृत्तीला ते मानवणारे नाही. संसारात, जीवनात अशा अनेक 'लहरी' उठणारच. त्या पाहण्याचे, सोसण्याचे सामर्थ्य निर्माण होणे आवश्यक आहे. खांडेकरांना प्रकृतीस्वास्थ्य कधीच लाभले नाही. डोळेही अधू. पाहिजे तसे कुटुंबप्रेमही मिळाले नाही. उलट लहान मुलाचे करावे तसे पत्नीचे आजारपण खांडेकरांनी केले. सगळ्या बाजूंनी अशी नैराश्याची किनार असूनही खांडेकर जीवनात चैतन्य निर्माण करीत होते.

फुले उमलती, सुकती, गळती ।
वेलींभवती मरुनी पडती ।
त्यांतच खुलते परि फुलवंती ।
बोध हा घेणे । चल पुरे तुझे रडगाणे ।। २ ।।
कितीक अभ्रें आली गेलीं ।
किती तारका गळल्या खाली ।

वि. स. खांडेकरांची कविता । २१

गगन हंसहसे प्रभात-काळीं ।
हसणें जाणें । चल पुरे तुझें रडगाणें ॥ ३ ॥

खांडेकरांची ही जीवनावरची निष्ठा आहे. 'खिन्न बालकास', 'विलक्षण जोडी', 'वाट चुकलेला', 'रात्र नको चांदणी', 'आशेची आशा', 'वृथा' 'सांगड' इत्यादी कवितांमधून ही निष्ठा प्रतीतीला येते.

'खिन्न बालकास' ही यातील एक लक्षणीय कविता होय. दुःखाने खचून न जाता, त्यात आनंद, उत्साह निर्माण करण्याचा प्रयत्न यातून केला आहे.

विहीर पडकी भयाण भासे ।
नवल कमल जलिं मलीन हांसे ।
अंधारातच पहा प्रकाशे ।
तारा उल्हासें ॥ ५ ॥

अशी जाणीव 'खिन्न बालकास' करून देऊन त्याला जीवनाकडे पाहण्याची प्रकाशदृष्टी कवी देतो आहे. ही कविता वाचतांना भा. रा. तांबे यांची 'घन तमीं शुक्र बघ राज्य करी' या कवितची आठवण होते. अस्ताला जाणाऱ्या सूर्याला मेघ झाकण्याचा प्रयत्न करतात; परंतु तो कधी निस्तेज झाला काय? चंद्राचे मुख अंधारात दिसले नाही म्हणून सागर लहरींनी धैर्य सोडले काय? माणसाची जीवनावर निष्ठा असेल, त्याच्यासमोर त्याचे ध्येय असेल तर त्याच्या दृष्टीने हे सारेच प्रश्न निरर्थक ठरतात. सुख आणि दुःख या जीवनाच्या दोन बाजू आहेत. 'हे हंसणे रडणें जगी बरोबर चाले । कां उगाच जीवा खिन्न तुझे मन झाले' (विलक्षण जोडी!) हा खांडेकरांचा प्रश्न चिंतनीय आहे. या क्षणभंगूर सुखदुःखाचे चित्रण करताना ते लिहितात –

हे गुलाब कोमल किरणीं गाली फुलले ।
लागतां झुळुक त्यां खळी तयावर डोले ॥
लोटले पळ न तों, आली सर ही आली ।
जलबिंदूं चमकती त्याच गुलाबी गाली ॥ ३ ॥
घेतसे गिरी हा अंगी हिरवा शेला ।
लेतसे बहुपरी रम्य फुलांच्या माळा ॥
परि ह्रदयामधुनी झरा असा कां वाहे ।
कोणते दुःख या रडवी अपुल्या दाहे ॥ ४ ॥

खांडेकरांचे मन व्यापक होते. ते स्वपेक्षा स्वेतरात अधिक रमले म्हणून या मर्यादित जीवनापेक्षा व्यापक समाजाचे दुःख त्यांना अधिक भेडसावणारे होते. आपण आपल्याच दुःखात रमलो, तर समाजाचे दुःख आपल्याला कळूच शकणार नाही, याची जाणीव त्यांना होती. समाजातील विसंगतीचे दुःख त्यांना अधिक होते.

'देशभक्तिचे पूर वाहती वृथा मंदिरांतरीं । तळमळती जनमीन जलाविण तापुनि तीरावरी' या खोट्या दांभिकतेचे त्यांना अधिक दु:ख होते. खोट्या प्रतिष्ठेने समाजात सन्मान मिळवणारी माणसे समाजातील दु:खितांचे अश्रू पुसू शकत नाहीत. एखाद्या पांथस्थाचा कंठ सुकून गेला तरी 'जलद्रव्याचा कुबेर' उपयोगी पडणारा नाही, हे सांगताना 'समुद्र व निर्झरणी' या कवितेत ते म्हणतात -

रम्य रत्नाकर नाम जगीं गाजे
सकल सरितांचा नाथ हा विराजे
लाट साधी चुंबिते गगनगाभा
कुठें तुलना लाभेल महाभागा?
नित्य मेघांतें अर्पितो अहेर
जलद्रव्याचा भासतो कुबेर
कंठ पांथाचा सुकुनि जरी गेला!
जलधि मौजेनं पाहतसे लीला

धार नाहीं जरि बोटभरी रुंद
नसे भरती कधिं, गति सदैव मंद
कड्यावरूनी धडपडे पडे खाली
श्रांत पांथा परि निर्झरिणी वाली.

सर्वसामान्यांच्या जीवनाला खांडेकरांनी जवळून अनुभवले होते. आगरकर, हरिभाऊ आपटे, केशवसुत, कोल्हटकर यांच्या वाङ्मयाने त्यांच्या मनावर आधीच सामाजिकतेचे संस्कार केले होते; परंतु शिरोड्याच्या वास्तव्यात विलक्षण अशा जिवंत अनुभवांनी खांडेकर अंतर्मुख झाले. इतकी अस्वस्थता त्यांनी यापूर्वी कधीही अनुभवली नसणार. शिरोड्यातील आणि एकूणच कोकणच्या परिसरातील दु:ख दारिद्र्य, अज्ञान आणि धर्मआंधळेपणा यांनी खांडेकरांच्या कवी मनाला अधिक संवेदनशील बनविले, अस्वस्थ केले. याविषयी खांडेकर म्हणतात[१५] –

'....सकाळ झाली की माणसं उठत होती; काहीतरी पोटापाण्याचं काम करत होती; दुपारी जेवत होती; संध्याकाळी घरी परतत होती; झोपत होती. धर्मभोळेपणाची काळसर सावली सर्वांच्या मनावर सतत पसरलेली दिसायची. जीवनाला वाहतेपण असं कुठंच नव्हतं. जमीनदाराच्या घरात जन्माला आलेल्यानं जमीनदारी करायची; व्यापाऱ्याच्या घरात जन्म मिळालेल्यानं व्यापार करायचा; शेतकऱ्यांनी राबत राह्यचं, गावड्यांनी मिठागरं पिकवायची. काबाडकष्टानं जगणारे कसे जगतात, याची काळजी त्यांची त्यांना. इतर सुखवस्तू वर्गांना त्याच्याशी काही कर्तव्य नव्हतं. हरिजनांनी आपल्या आवाढात राहावं, बाजारात आपला

वि. स. खांडेकरांची कविता । २३

धक्का कुणाला लागणार नाही याची दक्षता घ्यावी, परंपरागत धंदे करीत आणि परंपरागत दारिद्र्याचे चटके सोशीत जगावं, असा सारा मामला होता. देवळात गावकीची भांडणं असायची. गावात व्यापारी, जमीनदार यांचे परस्परात हेवेदावे चालायचे. कोर्टकचेऱ्या व्हायच्या. काबाडकष्ट करणाऱ्यांपैकी अनेकांनी संध्याकाळी, मोलमजुरीच्या पैशांपैकी बराचसा पैसा ताडीमाडीच्या दुकानात उडवायचा. झिंगत-बरळत, कधी तरी मोठ्यानं बेसूर गात खोपटं गाठायचं, बायकापोरांना बडवायचं, हा खाक्या प्रचलित होता. हे सारं जीवन काठावर उभे राहूनसुद्धा मी पाहिलं नव्हतं. मास्तर होऊन शिरोड्याला आलो. प्रथम त्याच्या गुडघाभर पाण्यात शिरलो. हळूहळू पुढे गेलो. त्या पाण्यातला चिखल हळूहळू मला जाणवू लागला. त्याच्या गढूळपणाची प्रथम मला शिसारी आली. पण तेच गढूळ पाणी शेकडो अडाणी गोरगरीब माणसं पिढ्यान्‌पिढ्या पीत राहिली आहेत, ही कल्पना येताच अंगावर काटा उभा राहिला. या परिस्थितीत सापडलेल्या माणसांविषयी प्रथम एक प्रकारची कणव निर्माण झाली ती मला स्वस्थ बसू देईना.'

खांडेकरांना जीवनाकडे अधिक गंभीरपणे पाहायला शिकविले असेल तर शिरोड्याने. त्यांनी केलेले शिरोड्यातील हे चित्रण म्हणजे तेथील लोकांच्या दैनंदिनीचा एक भाग होता. खांडेकरांच्या कवीहृदयावर याचा दाहक परिणाम झाला नसेल तरच नवल. त्यांनी स्वत:च लिहून ठेवले आहे 'माझ्यावर ज्याने परिणाम केला त्या पुस्तकाचे नाव शिरोडे.... शिरोड्यातला एकेक दिवस हे कुणीही न वाचलेल्या एका विचारप्रवर्तक ग्रंथाचे पान होते.'[१६] शिरोड्याच्या या ग्रंथातील पानन्‌ पान वाचून त्यांचे व्यक्तिमत्त्व संपन्न झाले. या ग्रंथानेच त्यांना खऱ्या अर्थाने समाजाचे भान आणून दिले. अशी अनेक शिरोडे या देशात आहेत, याची खांडेकरांनाही जाणीव होती. त्यांना गवसलेले शिरोडे म्हणजे या देशातील समाजव्यवस्थेचे एक प्रातिनिधिक रूप म्हणावे लागेल. यातूनच खांडेकरांसारख्या ध्येयवादी वृत्तीच्या लेखकासमोर अनेक प्रश्न उभे राहिले. समाज जीवनात तीव्रतेने जाणवलेल्या या विविध प्रश्नांचे चित्रण करणे हे त्यांच्या एकूणच साहित्याचे ध्येय असल्याचे सहजपणे लक्षात येते. मध्यमवर्गीय माणसाचे दु:ख, समाजातील त्याचे स्थान, अस्पृश्यांची समाजात होणारी अवहेलना, श्रीमंत आणि गरीब यांच्यातील संघर्ष अशा अनेक समस्यांचे चित्रण त्यांच्या इतर साहित्याबरोबरच त्यांच्या कवितेतही आलेले आहे. किंबहुना जीवनाच्या या अनेकपदरी रूपांना शब्दबद्ध करताना खांडेकरांचे कलामन रंगून गेलेले दिसते.

जीवनातील उदात्त तत्त्वे आणि त्याचे आचरण यातील फरक कोणत्याही कलावंत मनाला अस्वस्थ करणारा आहे. सर्वभूती परमेश्वर असल्याचे सांगणाऱ्या आमच्या धर्माला अस्पृश्याची साधी सावलीही अंगावर पडलेली चालू शकत नाही

का? यासंदर्भात खांडेकरांची 'सावली - १' ही कविता खूप बोलकी आहे. ग्रीष्माच्या उन्हात धर्मकार्य उरकून आपल्या पाच वर्षाच्या बाळाला घराकडे घेऊन जाणारा पांथस्थ ब्राह्मण एका झाडाच्या सावलीत उभा राहतो. तेथेच अंत्यजाचे बाळ उभे राहते. खरे तर दोघेही ग्रीष्माच्या उन्हापासून स्वत:चा बचाव करण्याकरिता झाडाच्या सावलीचा आधार घेतात; परंतु अंत्यजाच्या मुलाची सावली आपल्या अंगावर पडण्याची भीती वाटल्याने तो ब्राह्मण चिडून त्याला तेथून जायला सांगतो. अंत्याजाचा निष्पाप मुलगा रडत रडत तेथून निघून जातो. त्याच्या मनाची अवस्था चित्रित करताना खांडेकर लिहितात -

कडकडाटानें कळी जळुनि गेली
मूर्ति चिमणी गुरफटे अश्रुजाली
परी उघडे नच विप्रहृदयकारा
काय पाषाणा होय बाष्पधारा?

या गोष्टीचा ब्राह्मण मुलावर झालेला परिणामही अस्पृश्य मुलाइतकाच विदारक आहे. तो आपल्या धर्मशास्त्र पारंगत असलेल्या परंपरानिष्ठ वडिलांना सांगतो –

'मेघ देई सावली घेतली ती
झाड देई सावली घेतली ती
राग कां ये मग बाळसावलीचा
नको त्याचा तर नको स्पर्श माझा'

मुळात मनुष्य किती निष्पाप असतो याचीच ही पावती नव्हे का? मानवतावादाची शिकवण देणाऱ्या धर्मशास्त्रात तो पुढे पारंगत झाला की, आपोआपच त्याचा मानवतावाद फक्त तत्त्वापुरता वा व्यासपीठापुरता मर्यादित होत जातो. खांडेकरांची ही कविता वाचली की केशवसुतांची 'अंत्यजाच्या मुलाचा पहिला प्रश्न' ही कविता डोळ्यासमोर उभी राहते. तेथेही रस्त्याच्या कडेला खेळणाऱ्या अस्पृश्य मुलांना त्या रस्त्याने जाणारा ब्राह्मण त्याची सावली आपल्या अगावर पडेल म्हणून हाकलून लावतो. त्यातील एक हरिजन मुलगा घरी जाऊन 'जरी त्यावरी सावली माझि गेली । तरी काय बाधा असे ठेवलेली?' अशी विचारणा करतो, तर खांडेकरांच्या कवितेत ब्राह्मण मुलगाच आपल्या धर्मशास्त्र पारंगत पित्याला मेघाची सावली, झाडाची सावली, माझी सावली आणि अंत्यजाच्या मुलाची सावली यातील फरक विचारून, त्याला मानवतावादाची जाणीव करून देतो.

या कालखंडातील बहुसंख्य कवींच्यासमोर भा. रा. तांबे यांची कविता आदर्श म्हणून असली, तरी खांडेकरांच्या समोर मात्र केशवसुत हेच आदर्श म्हणून

असावेत असे वाटते. 'सत्कविकुलगुरुराज' म्हणून खांडेकरांनी त्यांना आपल्या गुरुस्थानी बसविले आहे. 'तुतारी', 'झपूर्झा', 'स्फूर्ती' या कवितांचा त्यांनी आपल्या कवितेमध्ये (रानफुलाच्या पाकळ्या) गौरवाने व आदराने उल्लेख केलेला आहे. या काळातील या कर्तृत्ववान कवी वा लेखकांचा आपल्या साहित्यनिर्मितीवर प्रभाव आहे, याची जाणीवही त्यांना होती. यासंबंधी ते लिहितात – 'माझे आवडते कवी आणि लेखक केशवसुत, गडकरी, हरिभाऊ आपटे, आगरकर आणि श्रीपाद कृष्ण कोल्हटकर हे होते. या पाचांपैकी कुणाच्या ना कुणाच्या शैलीची, रचनेची अथवा विचारांची ज्याच्यावर छाया नव्हती, असे फारसे काही माझ्या या प्राथमिक लेखनात सापडणार नाही!'[१७] लेखक म्हणून खांडेकरांचा प्रामाणिकपणा लक्षात घेण्यासारखा आहे. ही कविता केशवसुतांच्या कवितेची नक्कल वाटत असली तरी कवीच्या अनुभवांचा प्रामाणिकपणा तिच्या मागे उभा असल्याने काव्यगुणांच्या दृष्टीने ती सकस ठरते.

समाजातील स्त्रियांचे दुःखही असेच बोलके होते. 'बालविधवा' ही त्यांची कविता त्यांच्यातील सहृदय कवीची ओळख करून देण्यास पुरेशी आहे. खांडेकरांच्या ज्या काही उत्तम कविता म्हणून उल्लेखिता येतील त्यातील ही एक कविता म्हणावी लागेल. बालविधवा स्त्रीचा प्रश्न हा त्या काळातील अतिशय महत्त्वाचा असा प्रश्न होता. फुले, आगरकरांनी या प्रश्नाला वाचा फोडली होती. हरिभाऊंनी 'पण लक्षात कोण घेतो' ही कादंबरी लिहून या प्रश्नाचे गांभीर्य समाजाच्या समोर उभे केले होते. या पार्श्वभूमीवर खांडेकरांची ही कविता अधिक महत्त्वाची ठरते. समाजातील स्थितीगतीचे भान खांडेकरांना असल्यानेच ते आपल्या कवितेतून अतिशय समर्थपणे या विषयाला हाताळू शकले. बालविधवा म्हणजे फुलावयाच्या आधीच सुकलेले फूल होय. ते सुकले असले तरी वेलीवरून पडूही शकत नाही. समाज इतका कंटक आहे, की तो जगूही देत नाही आणि मरूही देत नाही. या कलिकेचे चित्रण करताना खांडेकरांची काव्यात्मकता लक्षात घेण्यासारखी आहे. ते लिहितात –

बरोबरीच्या कळ्या उमलल्या ।
रविकिरणासह खेळत बसल्या ।
हृदय देऊनी अंधाराला ।
बसली ही बाला ।। २ ।।

आपल्याच धुंदीत जगणाऱ्या समजाला या बालेचे दुःख तरी कसे समजणार? तिच्या मनाची अवस्था लक्षात घेऊन एखादा रसिक 'भ्रमर' तिच्याकडे आकर्षित झाला तर सुज्ञ बायाच हे योग्य नसल्याची जाणीव तिला करून देतात. खांडेकरांच्या कवी मनाला समाजातील या साऱ्याच परंपरा अस्वस्थ करणाऱ्या

आहेत. त्यांना समाजाबद्दल केवळ जिव्हाळाच नव्हता, तर तो सुधारावा ही आंतरिक तळमळही होती. म्हणूनच ते समाजाच्या अनेक पदरी सुखदु:खाशी समरस झाले होते. या सर्जनशील लेखकाला चिंतनशील मन लाभले होते, म्हणूनच ते परिवर्तनाची स्वप्ने पहात होते. 'होळी' ही त्यांची १९१९ साली प्रकाशित झालेली पहिलीच कविता क्रांतीची जाणीव करून देणारी कविता आहे. काव्यगुणांच्या दृष्टीने ती फारशी सकस वाटत नाही. पहिलीच कविता सामाजिक परिवर्तनाची भाषा बोलणारी कविता असावी, यावरून कवीला आलेले सामाजिक भान तथा त्याचे परिपक्व मन लक्षात घेण्यासारखे आहे.

जाळिल जी सगळ्या पापां, होळी अशि रचणार ॥
दंभालागीं स्वर्गाच्या, ज्वाळा त्या भिडणार ॥
वठुनी गेलीं खोडे जी, कुणा नसे आधार ॥
नव्या वसंते ज्यांवरती पर्ण न पालवणार ॥

किंवा

सुरि गळयावर रूढींची झोंप परी डोळ्यांत ।
उघडिल डोळे असला हा चटका निमिषार्धात ॥
निशाचरी ती रूढी जी, माजवि जो अंधार ।
अशा भडकत्या होळीनें, उज्वलता घेणार ।

या मागे असणारा खांडेकरांचा दुर्दम्य आशावादही महत्त्वाचा आहे. या परिवर्तनातूनच नवा मनू उदयाला येणार आहे. हा नवा मनू अर्थातच नव्या जीवनाचा साक्षीदार असणारा. अशावेळी रूढी, परंपरा, स्पृश्यास्पृश्यतेचे अस्तित्वच शिल्लक राहणार नाही. 'जुने जाऊ द्या मरणालागुनि । जाळुनि किंवा पुरूनि टाका' या केशवसुतांच्या क्रांतीवादी भूमिकेचे येथे स्मरण होते. केशवसुतांनी परिवर्तनाची तुतारी फुंकली तर खांडेकरांनी होळी रचली.

केशवसुत वा मर्ढेकर यांच्या कवितेतील जाणिवेप्रमाणे खांडेकरांच्या कवितेतील जाणीवही संघर्षात्मक आहे. त्यांच्या कवितेतही 'मी'ची जाणीव आहे. प्रस्थापित मूल्यव्यवस्थेशी वा रूढींशी हा मी क्रांतीकारकाच्या भूमिकेत संघर्ष करीत आहे, आणि ही परिवर्तनाची होळी पेटविताना कमालीचा बेफिकीरही आहे. ही वृत्तीही या काळाचीच द्योतक असावी. 'पणती' ही त्यांची प्रसिद्ध कविता या संदर्भात खूप महत्वाची आहे. खांडेकरांनी केशवसुतांना आपले 'सद्‌गुरू' मानले होते. केशवसुतांच्या तुतारीसमोर आपल्या पाषाण आरोळीचे अस्तित्व ते काय? याची जाणीवही खांडेकरांना होती; परंतु ते थांबले नाहीत. आपल्या कर्तृत्वावर त्यांचा विश्वास होता. आपली मिणमिणती पणती घेऊन त्यांनी परिवर्तनाचा मार्ग शोधण्याचा प्रयत्न केला.

'घरि एकच पणती मिणमिणती

म्हणून नको, उचल चल लगबग ती! ॥ धृ ॥

अगणित बांधव बघ अंधारी

किर्र रान! भय भवती भारी

चरणिं जिवाणूं ! भरे शिरशिरी

यमदूत - न कीटक - किरकिरती!'

सूर्याचा तेजस्वी प्रकाश देण्याची ताकद या पणतीत नाही; परंतु दुसऱ्यांच्या जीवनातील काहीसा अंध:कार नाहीसा करण्याची कुवत तिच्यात निश्चितच आहे. आपली दुर्बलता मिरवीत काही न करण्यापेक्षा जे काही करण्यासारखे आहे ते केले तर निश्चितच मनाला एक समाधान लाभू शकते. त्यांच्या ललित वा वैचारिक साहित्यामागेही हीच भूमिका आहे. मनाची ही विशालता धनिकांजवळ नाही. तेथे विजेचे दिवे असूनही त्यांचे अंत:करण अंधारलेले आहे. म्हणून अशा धनिकांचे अस्तित्वच शून्यवत आहे.

'दिवे विजेचे धनिकमंदिरी

प्रकाश पाडिति परोपरी जरि

स्नेहशून्य ते सदा अंतरी

कां करिसि तयाची शिरगणती?

आपल्या हातात पणती आहे म्हणून लाचारीची भावना असण्याचेही काही कारण नाही. दिवे असूनही ज्यांचे अंत:करण अंधारलेले आहे, त्यांचे अस्तित्व तरी काय? उलट पणती हातात घेऊनही आपल्या अंत:करणात इतरांचे जीवन उजळण्याची ताकद आहे. हा आत्मविश्वास जीवन जगण्याची एक नवी उमेद निर्माण करणारा आहे. अशावेळी त्यांना दगडी देवासमोर तेवणारी 'नंदादीपज्योति' ही महत्त्वाची वाटत नाही. कारण येथे अगणित बांधव अंधारात असताना ही नंदादीपज्योति सोबत करते ती दगडी देवाची. ज्याने जगाला प्रकाशमान करावे, त्यालाच ज्योतीची गरज भासावी यासारखी हास्यास्पद बाब कोणती? म्हणून दगडी देवासमोर गाऱ्हाणे मांडणे त्यांना उचित वाटत नाही. दिव्यत्वावर, भव्यत्वावर त्यांचा विश्वास असला तरी मिणमिणती पणतीच परिवर्तनाची नांदी आहे, यावर त्यांचा दृढविश्वास होता. ही कविता खांडेकरांनी १९३३ साली 'प्रतिभा' मासिकातून प्रकाशित केली. १९३४ साली प्रकाशित झालेल्या 'उल्का' कादंबरीत ध्येयप्रवण आणि दृढ आशावादी असलेल्या भाऊसाहेबांच्या विचारतरंगात खांडेकरांनी तिचा वापर केला आहे.

सर्वसामान्यांच्या जीवनाला खांडेकरांनी जवळून अनुभवले होते. श्रीमंताच्या दांभिक खोट्या प्रतिष्ठेचाही अनुभव त्यांनी घेतला होता. श्रमिकांच्या जिवावर

श्रीमंत गर्भश्रीमंत होतात आणि श्रमिक त्याच गर्तेत आपले जीवन संपवतो. हे कटुसत्य आजही नाकारता येत नाही. 'कधि पाताळातुनि' ही या संदर्भातील खांडेकरांची कविता अतिशय महत्त्वाची आहे. ही सत्ता उलथून टाकण्यासाठी श्रमिकशक्तीने विराट रूप धारण करायला हवे. तळाशी गेलेल्या श्रमिकाला वर आणण्यासाठी 'बटू वामन, बघ उघड्या नयनी । ये अवतरूनी झणीं ।' म्हणून कवी येथे विष्णूस आवाहन करीत आहे. अर्थात हे पुराणकथेच्या उलट चित्रण आहे. पुराण कथेप्रमाणे विष्णूने बटु वामन रूप धारण केले ते विरोचनपुत्र बळी राजाला पाताळातून वर काढण्यासाठी नव्हे तर त्याला पाताळात घालण्यासाठी. खांडेकरांना या पुराणकथेचा कदाचित विसर पडला असावा. त्यांची मुख्य भूमिका हीच की त्यांना श्रमिकांच्या जिवावर मत्तेची सत्ता उलथून टाकायची आहे.

मार्क्सवादी विचारप्रणालीचा खांडेकरांच्या कवितेवरील हा प्रभाव कालखंडाच्या पार्श्वभूमीवर लक्षात घेण्यासारखा आहे. १९१७ मध्ये रशियात झालेल्या कम्युनिस्टांच्या यशस्वी क्रांतीचे पडसाद सर्व जगभर उमटू लागलेत. १९२१ साली लिहून झालेल्या भाई डांगे यांच्या 'गांधी विरुद्ध लेनिन' या पुस्तकाने महाराष्ट्रातही मार्क्सवादाचा उदय झाला. मानवतेचे स्तोत्र सांगणाऱ्या, भविष्याची स्वप्ने चितारणाऱ्या, दलितांच्या अस्तित्वाची दखल घेणाऱ्या, शोषकांविरुद्धच्या संघर्षाची जाणीव करून देणाऱ्या आणि एकूणच मानवी अस्तित्वाची चिकित्सा करणाऱ्या या मार्क्सवादी भूमिकेचा प्रभाव त्या कालखंडातील मराठी साहित्यावर झाला असल्यास नवल कोणते? आगरकर, हरिभाऊ, कोल्हटकर, केशवसुत यांच्या वाङ्मयाने सामाजिक परिवर्तनाची जाणीव झालेल्या आणि अठरा वर्षे शिक्षकी पेशाच्या निमित्ताने कोकणातील अठराविश्व दारिद्र्य अनुभवलेल्या खांडेकरांच्या साहित्यालाही ही मार्क्सवादी भूमिका प्रेरक ठरली. 'उल्का', 'दोन ध्रुव' या त्यांच्या कादंबऱ्याच्या निर्मितीमागे सरळसरळ हीच भूमिका असल्याचे स्पष्ट होते.

'दोन ध्रुव' या कादंबरीची प्रेरणा भारतीय समाजाच्या विशिष्ट अवस्थेत असल्याचे सांगताना खांडेकर म्हणतात – 'एका समाजाचे दोन विचित्र भाग आहेत हे! त्यातल्या एका भागाची चैन दुसऱ्या भागाच्या कष्टावर उभारली आहे. एकाची रंगपंचमी दुसऱ्याच्या रक्ताने साजरी होत आहे. एकाचे अलंकार दुसऱ्याने आयुष्यभर गाळलेल्या धर्मबिंदूतून घडविले जात आहेत.' म्हणूनच 'हा हिंद देश माझा' गर्वे कशास गावे?' असा प्रश्न खांडेकर आपल्या 'हा हिंद देश माझा' या कवितेत विचारतात. पुढे ते लिहितात –

'सुखशैलि चांदण्यात । गासी खुशाल रसिका
अंधार घोर खालीं । ग्रासी अनंत लोका
क्षण एक थांब ऐक । आक्रोश दीन हांका

चल धांव घे दरीत । गा दीपराग गानी
फुलतां प्रकाश तिमिरी । येतील शैल चढूनी

खांडेकरांना केवळ कोरडी सहानुभूती अपेक्षित नाही. अपेक्षित आहे ती कृती. 'हा हिंद देश माझा' हे तालासुरात गायला लागलात म्हणून समाजाचे, देशाचे प्रश्न सुटत नाहीत. अर्थात हे प्रश्नही आजचे नाहीत. त्याला परंपरा आहे. 'घळघळ गळति तिची आसवे' या कवितेत ते लिहितात–

'जखम आईच्या काळजातली
युगे युगे ती वाहत आहे
बुद्ध, ख्रिस्त अन् गांधी आले
गेले, तरि ती तशीच वाहे'

या समाजात आजही अगणित अश्वत्थामे आहेत. त्यांचे दुःख पाहून खांडेकरांचे मन व्याकूळ होते; परंतु बुद्ध, ख्रिस्त अन् गांधी आले आणि गेले तरीही या दुःखाच्या वेदना कमी होऊ शकल्या नाहीत. हा विश्वाचा वैभवशाली संसार टिकवायचा असेल तर श्रीहरीने आपल्या अंगावरील शेला फाडूनच या जखमेवर बांधायला हवा. खांडेकरांची ही कविता 'एका पानाची कहाणी' या त्यांच्या आत्मचरित्रात आलेली आहे. घाबरू नावाच्या त्यांच्या एका विद्यार्थ्याच्या मृत्यूची वेदना या कवितेमागे उभी आहे. स्वतः खांडेकरच तिच्या निर्मितीप्रक्रियेविषयी सांगतात - 'ही कविता लिहिली त्या वेळी घाबरूच्या मृत्यूला जवळ-जवळ तीस वर्षे लोटली होती. त्या हुशार, बुद्धिवान, दरिद्री मुलाला मी वाचवू शकलो नव्हतो. या जगात त्याच्यासारख्या कळ्या फुलण्याच्या आधीच का कोमेजतात? हे भयानक प्रश्नचिन्ह त्या वेळी मला जेवढं दुर्बोध होतं, तेवढंच आजही दुर्बोध आहे. घाबरूचा अकाली घडलेला मृत्यू मुख्यतः त्याच्या दारिद्र्यामुळे घडून आला. त्याचा जीव घेणारं आजारीपण केवळ पेजेचं पाणी घेऊन शाळेला यावं लागल्यामुळे निर्माण झालं. या गोष्टीचा माझ्या मनावर त्या वेळी फार परिणाम झाला. ज्या देशाचा आपण अभिमान बाळगतो, तो किती कंगाल आहे, जीवन सुखानं जगायला लावणाऱ्या साधनांच्या बाबतीत तो किती मागे पडला आहे आणि बाह्यतः 'हा माझा देश', 'हा माझा समाज' असं आपण म्हणत असलो, तरी धर्म आणि जाती यांच्याहीपेक्षा दारिद्र्यानं या समाजाचे कसे अलग-अलग तुकडे केले आहेत, याची जाणीव मला झाली. अजूनही घाबरूची आठवण झाली की, वातीनं काजळी धरावी, तशी माझ्या मनाची स्थिती होते.'[१८] मुखवटे धारण करून 'हा हिंद देश माझा' म्हणणाऱ्यांना खांडेकरांची ही कैफियत समजणार का? दारिद्र्याशिवाय ज्याला काहीही मिळाले नाही तोही 'हा माझा देश' म्हणून सांगतो, तेव्हा अनेक प्रश्न जागे होतात. काय दिले या देशाने त्याला? अन्न, वस्त्र, निवारा या जगायला

आवश्यक असणाऱ्या गरजांचीही पुरेशी पूर्तता होऊ शकत नाही आणि तरीही 'हा माझा देश आहे' हे सन्मानाने तो सांगतो. अर्थात यातही या देशाशी, या भूमीशी त्याचे इमान आहे, हे लक्षात घेणे आवश्यक आहे. त्यांची आत्मियता दिखाऊ नाही, ते ढोंगी नाहीत. पण त्यांच्या दारिद्र्याचा फायदा घेऊन स्वत:चा सर्वांगीण विकास साधणारे, ढोंगी जेव्हा 'हा हिंद देश माझा' म्हणतात तेव्हा सबंध समाज व्यवस्थेचीच कीव कराविशी वाटते.

खांडेकरांची जीवनावर श्रद्धा आहे, म्हणून परिवर्तनावर त्यांचा विश्वास आहे, आणि म्हणूनच ते नव्या युगाचे स्वप्न पाहतात. 'नवयुग', 'होळी', 'भाऊबीज', 'सीमोल्लंघन' या कवितांतून याचा प्रत्यय येतो. 'नवयुग'मध्ये तर त्यांनी या परिवर्तनाचे चित्रच रेखाटले आहे. ते चित्र असे-

नवयुग क्षितिजावरती आलें ।
कभिन्न काळीं रात्र पळाली ।
रातकिड्यांची किरकिर सरली ।
ढोल्यामध्ये घुबडे दडली ।
निशाचरांचे राज्य निमाले ।।१।।

यासाठी 'तरुणांनो तर बांधा कमरा' असा आदेशही ते देतात. असे झाले तर जे आजपर्यंत ज्ञानापासून वंचित होते त्यांना ज्ञान मिळून ते खूप मोठे होतील. ते भारत-भूमीचे भावी अंकूर ठरतील. या देशाचे दारिद्र्य, दु:ख यामागे शिक्षणाचा अभाव हेही एक कारण होतेच. खांडेकरांनी शिरोड्यासारख्या अतिशय दुर्लक्षित अशा खेड्याचा शिक्षक म्हणून स्वीकार करण्याचे कारणही हेच होते. समाजातील मूठभर लोकांनी शिक्षणाचा फायदा घेऊन विद्याहीन अशा कष्टकऱ्यांवर सत्ता गाजवायची हे खांडेकरांच्या संवेदनक्षम मनाला न मानवणारेच होते. म्हणून परंपरेने जपलेल्या जीवनमूल्यांना त्यांनी सुरुंग लावला. अर्थात हा सुरुंग 'जुने जाऊ द्या मरणालागुनि' या स्वरूपाचा नाही. 'जाळिल जी सगळ्या पापा' अशी होळी खांडेकरांना रचायची आहे. खांडेकरांच्या कवितेत विद्रोहाची भावना असली, तरी ती केशवसुतांसारखी क्रांतीकारक नाही. त्यांना फक्त पापांचाच तेवढा नाश करायचा आहे. जुने सगळेच त्यांनी नाकारलेले नाही. ही भूमिका अधिक समंजस वाटते. भारतीय संस्कृती व इतिहासाविषयी खांडेकरांच्या मनात नितांत आदर आहे. त्यांना जे परिवर्तन हवे आहे ते सर्वांग पातळीवरचे हवे आहे. कारण मानवाचा, देशाचा सर्वांगीण विकास यावरच अवलंबून आहे. ज्ञानदेव, एकनाथ, शिवाजी महाराज, केशवसुत, गोविंदाग्रज, रानडे, गोखले, टिळक, बालकवी हे या परिवर्तनवादी चळवळीचे वारकरी आहेत (भाऊबीज). या सर्व वारकऱ्यांविषयी खांडेकरांनी आदरच व्यक्त केला आहे. 'ज्ञानदेव' अज्ञान नाशुनी भाषेला बोले ।

'नवयुग' आले तोंड उजळले, ओवाळी बाले', 'करी तुतारी' फुंकी जबरी 'केशवसुत' वीर । नवयुग आले तुझा भाऊ हा माते धरि धीर' किंवा 'तुझे रानडे, तुझे गोखले, टिळक तुझे माते । नव्या युगाशी उघड दिसे हे तुझे मला नाते' या 'भाऊबीज' कवितेतील ओळींवरून हे सहज लक्षात येते.

भारतीयांच्या गौरवशाली इतिहासाचा खांडेकरांना अभिमान आहे. 'धर्मभूमी', 'मातृवंदन', 'वंदन', 'सूर्यकिरण', शिवनिर्माण हा 'बाळ चितेवर निजला' 'चंद्रशेखरास' इत्यादी कविता यासंबंधी पाहण्यासारख्या आहेत. त्यात त्याग आहे, देशप्रेम आहे, पारतंत्र्याचे दुःख आहे आणि तेवढाच स्वाभिमानही आहे. परदुःख असह्य झाल्याने रत्नमंचकांनी युक्त असलेल्या आपल्या राजवैभवाला सोडून देणारे गौतम बुद्ध, सावधान शब्द ऐकताच खऱ्या अर्थाने आयुष्यभर सावध होणारे संत रामदास, सुंदर स्त्रीला आपले मातृत्व बहाल करून हिंदूधर्माचे रक्षण करणारे राजे शिवाजी, कारागृहात राहूनही देशाच्या उद्धाराची स्वप्ने पाहणारे बाळ गंगाधर टिळक, स्वामीनिष्ठ बाजीप्रभू, शौर्य पणाला लावणारे भाऊसाहेब पेशवे, स्पृश्यास्पृश्यता नाकारणारे संत एकनाथ, 'नव्या युगातील वीर' गांधीजी, समाजसमतेचे स्तोत्र गाणारे आगरकर तसेच पुराणपुरुष राम, अभिमन्यू या शूरविरांचा वारसा या देशाला लाभला आहे. यांचा आदर्श डोळ्यासमोर ठेऊनच खांडेकर मानवी जीवनाची स्वप्ने पाहात होते. 'तोंड शत्रुला देउनि लढले पूर्वज अमुचे थोर' हे अभिमानास्पद असले तरी, 'पाठ भली देउनियां आम्ही लढतों, फार उदार' (आजचा इतिहास) हे या अभिमानाला तडा देणारे एक वास्तव सत्य आहे. शिवाजी महाराज तथा त्यांच्या समवेत लढणाऱ्या अनेक वीरांच्या शौर्याचे वर्णन करणाऱ्या कविता खांडेकरांनी लिहिल्या. उदा. 'भगवा झेंडा एकच हा !', 'रांगण्याकडे दे कान', 'शिवनिर्माण', 'सूर्यकिरण' इत्यादी. त्यांच्या शौर्याचे, ध्येयनिष्ठेचे तथा राष्ट्रनिष्ठेचे वर्णन करताना खांडेकर लिहितात–

'खिंडीत मावळे सज्ज । शत्रुसैन्य रोखुनि धरिती
आपटती लाटांवरती । तीरांची निश्चल वसती
मुसळधार धारा पडती । पर्वत नच कंपित होती
शिवराय हृदय राष्ट्राचे,
काळपाश जवळी नाचे,
कंठात प्राण बाजीचे,
छातीचा कोट करून । सोडविण्या सूर्यग्रह'

हीच राष्ट्रनिष्ठा, देशभक्ती खांडेकरांना आजही अपेक्षित आहे. भारताच्या या ऐतिहासिक पार्श्वभूमीवर आजचे वास्तव हे त्यांना वेदनादायी वाटत होते.

हा कालखंडच एकूण राष्ट्रीय जागृतीचा कालखंड होता. टिळक, आगरकरांचे

युग हे राजकीय, सामाजिक क्रांतीचे युग होते. राजकीय जागृती होऊन पारतंत्र्याची जाणीव होऊ लागली होती. या जाणिवेतूनच राष्ट्रीय भक्तीची कविता निर्माण झाली. कवी विनायकांच्या कवितेने हा प्रारंभ केला. पुढे कवी सावरकर, कवी गोविंद यांनी आपल्या कवितेतून ही भावना अधिक गोचर केली. खांडेकरांच्या कवितेचेही यात महत्वपूर्ण असे योगदान आहे. भारतीयांच्या पूर्वदिव्याच्या स्मरणातून त्यांना वर्तमानाची निराशाजनक भूमिका अधिक अस्वस्थ करू लागली. त्यातूनच त्यांनी इतिहासाच्या जाज्वल्य अभिमानाची गीते गायिली. ऐतिहासिक व्यक्तींचे त्यांना आकर्षण असल्याने त्यांनी इतिहास पुरुषांकडे केवळ विभूतीपूजेतूनच पाहिले नाही, तर त्यामागे त्यांची प्रखर देशनिष्ठा उभी आहे. ज्या ज्या माणसांनी ज्या ज्या क्षेत्रात उत्तुंग कामगिरी केली, त्यांच्या कार्याचा हा गौरव होय. व्यक्तीपेक्षा व्यक्तीचे विचार, त्यांचा पराक्रम हा नेहमीच मोठा असतो. टिळकांनी सुरू केलेल्या शिवजन्मोत्सव व गणेशोत्सवांनी या राष्ट्रीय वृत्तीच्या काव्याला विशेष बहर आला. कवी विनायकांची 'शिवसंदेश', 'शिवराजदर्शन' कवी दत्तांची 'श्रीशिवछत्रपती' किंवा खांडेकरांच्या वर उल्लेखिलेल्या कविता या याच्याच द्योतक मानाव्या लागतील. अर्थात हीच देशनिष्ठा आजही निर्माण व्हावी अशी अपेक्षा हे कवी व्यक्त करतात. स्वातंत्र्याच्या या प्रखर जाणिवेतूनच खांडेकरांनी –

'फेंकुनिया या बाळांनो रम्य खेळण्यांना ।
सोडुनिया या रमणींनो रत्नभूषणांना ।
तोडुनिया या तरुणांनो मोहपाश नाना ।
भक्त होउं ध्वजराजाचे करूं पूजनाला'

(ध्वजपूजन)

असे आवाहन त्यांनी केले आहे. सर्व प्रकारचे भेदभाव विसरून या राष्ट्रीय ऐक्याच्या ध्वजाखाली सर्व एकत्र आलो तरच सत्ताधाऱ्यांना खाली खेचता येईल, ही तीव्र जाणीव यातून स्पष्ट होते. कवी विनायक, सावरकर, गोविंद यांच्या कवितेतूनही राजकीय पारतंत्र्य व तज्जन्य निराशेचे चित्र आले आहे. ज्या भारतभूमीचा उल्लेख 'सुवर्णभूमी', 'धर्मभूमी' असा केला जातो तिच्या शिखरावर पारतंत्र्याचे 'नरक' असावे (धर्मभूमि), यांची खंत खांडेकरांच्या मनाला सारखी बोचते आहे. आईच्या मांडीवर मिळणारे सुख राजसिंहासनावर कधीच मिळू शकत नाही, ही जाणीवही तीव्र आहे. 'स्वातंत्र्यलहरी' या कवितेतून पारतंत्र्यातील लाजिरवाण्या जीवनाचे केलेले हे चित्रण पाहा –

सागर दिसता हृदय थरथरे ।
स्वातंत्र्याचे स्वप्न भिरभिरे ॥
जागे होउनि काय पहावें ।

लाजिरवाणे जिणे वहावें ।।
हृदयावरती जुलमी सत्ता ।
माथा निर्दय बसती लाथा ।।
वायुदेवता लहरी जहरी ।
करूनि खेळणें स्वाभिमान हरि ।।
सांजसकाळी रविकिरणांनी ।
रक्ताच्या चिळकांड्या उडवुनि ।।
पदोपदी अपमान करावा ।
स्त्रीच्या वस्त्री हात वहावा ।।
पोटावरती सरपटताना ।
स्पर्शदंश दे मना यातना ।।

कोणत्याही भारतीय मनाची राष्ट्रीयता जागी व्हावी असेच हे चित्रण आहे. किंबहुना ही जाणीवच यामागे अधिक आहे. अर्थात हा या कालखंडाचाच परिपाक होय. सामाजिक विपन्नावस्थेमुळे आधीच जाग्या झालेल्या खांडेकरांच्या संवेदनांना पारतंत्र्याच्या भयानक वेदनांनी अधिक तीव्र केले. त्यातून महाराष्ट्राचा वीरश्रीपूर्ण इतिहास डोळ्यांसमोर होताच, असे असले तरी खांडेकरांच्या या कवितांना प्रादेशिक संकुचितपणाचा स्पर्शही झालेला नाही. त्यामुळे राष्ट्रीय जाणिवेच्या कक्षा अधिक विस्तृत झाल्या.

खांडेकरांनी कवितेचे विविध प्रकार हाताळून आपले काव्यविश्व अधिक संपन्न केले आहे. त्यात अभंग, सुनीत आणि गीतांचा समावेश आहे. 'आत्मा वाजवितो शरीर सतार', 'आत्मा आणि शरीर, 'येथे पशू तेथे देव' आणि 'तापुनिया जाळावरी' हे चारच अभंग त्यांनी लिहिलेत. या अभंगातूनही खांडेकरांची जीवनाविषयीची चिंतनशीलता आणि भारतीय इतिहासातील त्यागी वंद्य पुरूषांविषयीची आत्मियता प्रगट होते.

खांडेकरांनी एकूण आठ सुनीते लिहिलीत. केशवसुतांनी 'मयूरासन आणि ताजमहाल' हे मराठीतील पहिले सुनीत लिहिले आणि मराठी कवींना सुनीत या काव्यप्रकाराचा परिचय झाला. केशवसुतांनी संगीताला विशेष अनुकूल असणारे शार्दूलविक्रीडित हे एकोणीस अक्षरी गंभीर वृत्त सुनीतासाठी निश्चित केले व ते मराठी कवितेत रूढ झाले. पुढे अनेक कवींनी सुनीत रचना केली. खांडेकरांची सुनीत रचनाही या प्रकारची आहे. सुनीताला अनुकूल असणाऱ्या विरह, प्रेम, मित्र प्रेम, प्रणय प्रधानता, ईश्वरस्वरूप चिंतन, निसर्ग इत्यादी विषयांवरच खांडेकरांची सुनीत रचना आहे. त्यांचे 'सिंहगड व ताजमहाल' हे सुनीत वाचल्यावर केशवसुतांच्या 'मयूरासन आणि ताजमहाल' या सुनीताची आठवण अभ्यासकांना

झाल्याशिवाय राहणार नाही. 'काव्यचंद्र', 'फुले वेचिली तिथे गोवऱ्या', 'प्रेमजीवन', 'बाले', 'अरण्यरोदन', 'आगरकर', 'मनोरथ' ही त्यांची इतर सुनीतेही पाहण्यासारखी आहेत. सुनीतात कसरतीचाच भाग अधिक असतो. त्यामुळे भावगीतांमध्ये जाणवणारी रसोत्कटता या काव्यप्रकारात अपेक्षिता येणार नाही. असे असले तरी खांडेकरांच्या या सुनीतात विषयाच्या वैविध्याबरोबरच भावनेची आणि विचारांची उदात्त अभिव्यक्ती जाणवते, हे त्यांच्या एकूण काव्याचेच वैशिष्ट्य म्हणून नोंदवावे लागेल.

खांडेकरांची गीतेही विविध स्वरूपी आहेत. अर्थात खांडेकरांनी लिहिलेली गीते ही स्वतंत्रपणे लिहिलेली नाहीत. चित्रपट कथांच्या अनुषंगाने त्यांनी गीते लिहिली. ज्या ध्येयवादी दृष्टिकोणातून खांडेकरांनी कथा लिहिल्या, तोच काहीसा हेतू त्यांच्या गीतनिर्मिती मागेही जाणवतो. त्यामुळे चित्रपटांसाठीची गीते म्हटली की कारागिरीचे एक तंत्र आपल्यासमोर उभे राहते. खांडेकरांच्या गीतांचा अभ्यास करताना या तंत्राची आठवण होत नाही. गीत हे गेयतेला अनुकूल आहे की नाही, हे अधिक महत्त्वाचे. गीत संगीतबद्ध होण्यासाठी अनुकूल अशी रचना करावी लागते. खांडेकरांनी तशी रचना केली आहे. कथानकाच्या अंगाने, अभिनयाच्या दृष्टीने तथा विषय पुढे नेण्याच्या दृष्टीने चित्रपटातील गीते महत्वाची असतात. असे असूनही खांडेकरांची गीते कृत्रिम न होता ती आपली गेयता सांभाळून काव्यात्मक होत जातात. हे त्यांच्या गीतांचे एक वैशिष्ट्यच म्हणावे लागेल. त्यांच्या गीतांमागेही काही एक सांस्कृतिक मूल्ये आहेत. मानवी जीवनातील उत्तम संस्काराची जाणीव खांडेकरांना नेहमीच होती. त्यांच्या कवितेतूनही त्यांचे संस्कारक्षम मन सातत्याने जाणवते.

खांडेकरांनी एकूण बारा चित्रपटांसाठी गीते लिहिलीत. त्यावेळीही चित्रपटांमध्ये अधिकाधिक गीतांचा वापर होत असायचा. त्यांच्या 'संगम' चित्रपटात एकूण अकरा गीते तर 'माझं बाळ' मध्ये सर्वात कमी म्हणजे सात गीते आहेत; परंतु ही सर्वच गीते खांडेकरांची नाहीत. खांडेकर हे जसे जाणकार लेखक - कवी होते, तसे इतरांच्या साहित्याचे सौंदर्य जाणणारे समीक्षकही होते. त्यांनी तांबे, माधव जूलियन, संत नामदेव, संत जनाबाई, पी. सावळाराम, राजा बढे इत्यादींच्या गीतांचा वापरही आपल्या चित्रपटात केला आहे. या कवींच्या उत्तम गीतांचा वापर करण्यामागे काही एक व्यावहारिक भूमिकाही असू शकेल. सर्वच चित्रपटांना खांडेकर गीते लिहू शकले असते; परंतु मुळात कथानकाला धरून आणि चित्रपटतंत्राला धरून रचना करणे हे तसे बंधनकारकच. तरीही खांडेकरांनी गीतांची निर्मिती केली. त्यांनी स्वत:च या चित्रपट कथांची निर्मिती केलेली असल्याने, साहजिकच या कथांचा कलही जीवनवादाकडेच अधिक आहे. म्हणून त्यांची

गीतेही आशयपूर्ण, ध्येयवादी भूमिकेकडेच वळलेली आहेत. 'ये जवळी घे जवळी' (माणसाला पंख असतात) 'कोण दुजा आधार' (अंतरीचा दिवा) 'देवा तुझिया आले दारी' (संगम) या सारख्या भक्तिगीतात भावार्तता आणि ईश्वराधीन जीवनाची कल्पना सांकेतिक असली तरी 'ये जवळी घे जवळी' मधील 'झोपडीत अंधारी वाचू कशी गाथा' हा प्रश्न अंतर्मुख करणारा आहे.

सामाजिक प्रश्न हा तर खांडेकरांच्या प्रकृतीला नि प्रवृत्तीला मानवणाराच विषय. लेखक- कवी म्हणून खांडेकरांचा पिंडच या समाजव्यवस्थेतून परिपक्व झाला होता. या संदर्भात 'अमृत' मधील श्रीमंत आणि गरीब यांच्या एकतेचे दर्शन घडविणारे 'यारे यारे नव्या युगाची' हे गीत किंवा 'माणसाला पंख असतात' मधील 'उभवू उंच निशाण' हे गीत खूप बोलके आहे. देशाच्या इतिहासात आपल्या कर्तृत्वाने ज्यांनी आपले नाव अमर केले त्यांचे स्मरणही खांडेकरांनी या गीतातून केले आहे. कवितेपेक्षा वेगळे असे नवे चिंतन यात दिसत नसले तरी चिंतनपर विषयांना गीतांच्या रचनेत बसविले हे एक वैशिष्ट्य म्हणूनच नोंदवावे लागेल. 'हास हास ग बाले । चांदणे अंगणी खेळे' (लग्न पहावं करून), 'मी हरणुली होऊन' (अंतरिचा दिवा) या सारखी निसर्गाच्या आधारे प्रेमभावना व्यक्त करणारी गीते तथा 'रुसला कान्हा, जा जा ग जा जा' (लग्न पहावं करून) ही लावणी सदृश्य रचना बोलकी आहे. अंगाई गीत, विनोदी गीत तथा द्वंद्वगीतांची निर्मितीही खांडेकरांनी प्रसंगोचित केली आहे.

खांडेकर हे मुळातच वैचारिक, तात्विक पातळीवर जीवनाला कवेत घेण्याची क्षमता असणारे लेखक आहेत. त्यांच्या या प्रकृतीला गीतांचा हा भावनात्मक संसार मानवेल का? हा प्रश्न आपल्यासमोर निर्माण होतो; परंतु खांडेकरांच्या चिंतनशील वृत्तीने गीत प्रकाराला देखील तितक्याच समर्थपणे हाताळले आहे. या गीतांमधून मानवी भावभावना, तथा शाश्वत मानवी मूल्यांविषयीची श्रद्धा आढळते. ही गीते आकाराने लहान असली तरी ती सर्वस्पर्शी आहेत. त्या त्या भावविश्वातील वैशिष्ट्यांना हेरून त्याला ठळकपणे गीतातून मांडण्यात खांडेकरांचे गीतकार म्हणून कौशल्य आहे.

खांडेकर ज्या काळात काव्यलेखन करीत होते तो काळ तांब्यांच्या प्रसिद्ध गीतांनी गजबजलेला होता. गीत काव्याची ही प्राचीन परंपरा तांब्यामुळे अधिक फुलली. पुढे रविकिरण मंडळातील कवी, ग. दि. माडगूळकर, शान्ता शेळके इत्यादी कवींनी त्यात भर घातली. भावगीतांची ही सारीच वैशिष्ट्ये खांडेकरांच्या गीतांना लागू पडणार नाहीत. शान्ता शेळके, ग. दि. माडगूळकर यांच्या गीतांना जशी भावकवितेची मूल्ये आहेत तशी मूल्ये खांडेकरांच्या सर्वच गीतांमध्ये दिसणार नाहीत. मुळात या गीतांची निर्मितीच चित्रपटांसाठी झालेली आहे.

कथानकाचा आशय केंद्रस्थानी ठेवून ही गीते निर्माण झाली असूनही त्यांनी आपले स्वतंत्र अस्तित्व जपलेले आहे.

खांडेकरांची कविता अशी विविधांगांनी फुलत गेली आहे. केशवसुत, गोविंदाग्रज, बालकवी, तांबे, हरिभाऊ, कोल्हटकर यांचा आदर्श डोळ्यांसमोर ठेवूनही त्यांची कविता स्वतंत्र अस्तित्व जपते आहे. त्यांच्या प्रतिभेचे विषय अनेक आहेत, तसेच विशेषही अनेक आहेत. अंतर्मनातील उत्कट भावनांच्या तीव्र प्रतिसादातून पूर्वसूरींचा अभिमान जेवढ्या तरलतेने प्रगट होतो, तेवढीच वास्तव जीवनाविषयीची चीडही प्रगट होते. किंबहुना गतजीवनाचे ऐश्वर्य, आत्मियता, देशाभिमानाचे सुंदर रूप ते वास्तव जीवनात उतरवू पाहतात. सामाजिक जीवनात त्यांची लेखणी जेवढी रमते तेवढीच ती प्रेम तथा निसर्गविषयक कवितांतही रमते. त्यांच्या प्रेमविषयक कवितांमध्येही विविधता आहे. 'आकाशाच्या अंगणात प्राजक्तांचा सडा होत' किंवा 'विश्वाच्या या भव्य वृक्षी । तारकांचे दिव्य पक्षी' यासारखी त्यांच्या प्रतिभेला जाणवणारी निसर्गातील काही सुंदर रूपे त्यांच्या कवितेचे वेगळेपण सिद्ध करण्यास समर्थ आहेत. कल्पनांच्या सुंदर मनोविभ्रमात जाणवणारी भावनेची उत्कटताही लक्षणीय आहे.

अल्पाक्षरत्व ही खांडेकरांच्या लेखणीला न मानवणारी शैली. त्यामुळे त्यांची बरीचशी कविता ही दीर्घ स्वरूपी आहे. काही ठिकाणी ती अधिक पसरट होतानाही दिसते. 'भाऊबीज', 'नवयुग' यांसारख्या कविता प्रारंभीक निसर्गकविता म्हणून मनात घर करू लागतात आणि पुढे सामाजिक तथा राजकीय जीवनाचे चित्रण दिसू लागते. बालकवींसारखी शेवटच्या कडव्यापर्यंत खांडेकरांची ही वृत्ती टिकू शकत नाही. तसे झाले असते तर त्यांच्या या कवितांना एक वेगळे मूल्य प्राप्त झाले असते. खांडेकरांनी काही ठिकाणी संस्कृत शब्दांचा वापरही केलेला आहे; परंतु त्यामुळे त्यांची कविता शब्दज्जड होत नाही.

खांडेकरांच्या कवितांमागे एका समाजचिंतकाचे मन असूनही त्यांची कविता केवळ या चिंतनातच हरवून जात नाही. त्यामागे असणारे सहृदय काव्य रसिकांना जाणवल्याशिवाय राहात नाही. काव्यानुभूतीतील सखोलता, कल्पनेतील उत्कटता आणि सहृदयता, जुन्या कल्पनांचा सुंदर वापर, भावनेचे वैविध्य आणि वैचित्र्य, कथनकौशल्य, निसर्गावर मानवी भावनांचे रूप अधोरेखित करून रेखाटलेली सुंदर भावचित्रे इत्यादी काव्यवैशिष्ट्ये निश्चितच आकर्षित करणारी आहेत. यातच खांडेकरांच्या कवितेचे सौंदर्य दडलेले आहे. खांडेकरांच्याच भाषेत सांगायचे तर काव्याला कल्पना, भावना व तत्त्वचिंतन यांच्यापैकी कशाचेही वावडे नाही. कल्पनेचे सौंदर्य, भावनेचे हृदयस्पर्शित्व अथवा तत्त्वचिंतनाचे तेज यांच्यापैकी कशानेही कवितेवर रम्यता झळकू लागते.[१९] त्यांच्या कवितेनेही या मूल्यांशी

आपले नाते जपलेले आहे.

संदर्भ टिपा

१) एका पिढीचे आत्मकथन : संपा. पु. शि. रेगे व इतर, मुंबई मराठी साहित्य संघ प्रकाशन, १९७५, पृ.६.

२) एका पानाची कहाणी : वि. स. खांडेकर, रा. ज. देशमुख प्रकाशन, १९६०, पृ.५८.

३) तत्रैव : पृ.३२१-३२२.

४) उल्का : वि. स. खांडेकर, देशमुख आणि कंपनी, १९४६, पृ.१६१.

५) सूर्यकमळे : वि. स. खांडेकर, मेहता पब्लिशिंग हाऊस, १९९४, पृ.९८-९९.

६) साहित्यिक खांडेकर : संपा. डॉ. एस. एस. भोसले, अजब पुस्तकालय, १९८०, पृ.३०७.

७) एका पानाची कहाणी : वि. स. खांडेकर, रा. ज. देशमुख प्रकाशन, १९६०, पृ.१४६.

८) तत्रैव : पृ.३२०.

९) साहित्यिक खांडेकर : संपा. डॉ. एस. एस. भोसले, अजब पुस्तकालय, १९८०, पृ.३०७.

१०) अभिषेक : वि. स. खांडेकर, १९५८, पृ.३४१.

११) पाणपोई : कवी यशवंत, १९६३, प्रस्ता. पृ.१९.

१२) साहित्यिक खांडेकर : संपा. डॉ. एस. एस. भोसले, पृ.१२२.

१३) एका पानाची कहाणी : वि. स. खांडेकर, रा. ज. देशमुख प्रकाशन, पृ.५६-५७.

१४) तत्रैव : पृ.२५९.

१५) एक लेखक आणि एक खेडे : जया दडकर, पॉप्युलर प्रकाशन, मुंबई, १९७३, पृ.६.

१६) अभिषेक : वि. स. खांडेकर, १९५८, पृ.३०.

१७) एका पिढीचे आत्मकथन : संपा. पु. शि. रेगे व इतर पृ.५८.

१८) एका पानाची कहाणी : वि. स. खांडेकर, पृ.३०९.

१९) स्फूर्तिलहरी : काव्यविहारी, १९३६, प्रस्ता. पृ.२३-२४.

होळी

जाळिल जी सगळ्या पापां, होळी अशि रचणार ! ।
दंभालागीं स्वर्गाच्या, ज्वाळा त्या भिडणार ॥

वठुनी गेलीं खोडे जीं, कुणा नसे आधार ! ।
नव्या वसंतें ज्यांवरतीं पर्ण न पालवणार ! ॥

नव्या मनूची ओळख ज्यां केव्हांही न पटेल ।
नव्या पावसा पाहुनिया ज्या नच हर्ष फुटेल ! ॥

फुलवेलींच्यापुढे हवें, अभद्र वदन कशास ! ।
कुऱ्हाड घालुनि त्यावरती होळी रचितों खास ॥

शेणांमधले किडे तसे, त्यातच जे रमतात ।
शेणीसंगे होळीच्या जळुनी ते जावोत ॥

पिकलीं पानें काट्यांनां लपवुनिया पोटांत ।
टोंचति पायां, देतों तीं फेकुनिया होळींत ॥

झाड जिथें नच दुजें दिसे, बळी तेथ एरंड ।
माजुनि गेले जन्मबळें, पुरतों येथ उदंड ॥

रचुनी असली होळी मी अग्नीची नवस्फूर्त ।
ठेवुनि देतों तीवरती, प्रकाश नांदे मूर्त ॥

वातावरणीं वाहति जे वैषम्याचे वात ।
अग्नि दिलीं या होळीच्या पळांत होतिल पूत ॥

सुरि गळ्यावर रूढींची झोंप परी डोळ्यांत ।
उघडिल डोळे असला हा चटका निमिषार्धांत ॥

निशाचरी ती रुढी जी, माजवि जो अंधार ।
अशा भडकत्या होळीनें, उज्वलता घेणार ॥

जरासंध ह्या आचारा, युक्तीने चिरणार ।
चिवट तयाची चिता इथे होळीवर रचणार ॥

आभाळीं वा पाताळीं मिरवे जेथें दंभ ।
पाठ तयाची पुरविल ही होळी तोडुनि बंध ॥

भेदुनि भूमीच्या कवचा शेषशीर्ष धरणार ।
जाळुनि गगनाचे पडदे विधिलागीं हरणार ।।

दिग्पालांनो होळी ही उदरिं तुह्मा घेणार ।
राजसूय या यज्ञाला, कोण न आवडणार ।।

भूतकाळच्या भूतांनो तेजाचा नव ओघ ।
उजळवि तिमिरा, चला अतां देउनि पायां वेग ।।

पडे चित्तेवर चिवट मढें, विजय मिळाला खास ।
शंखध्वनिच्या रूपानें, जाइल स्वर्लोकास ।।

गेल्या मेल्या वर्षाची होळी देइल साक्ष ।
उद्यां उभारा नवी गुढी, प्रीतिपालनीं दक्ष ।।

अडवी बेडी समतेला, होळी करिती राख ।
बंधुभाव कीं खराखुरा उगवो जगीं नवलाख ।।

सुतक रूढिचें फिटलें तें, कुठुनी मग अस्पृश्य ।
समाज होवो हा सगळा, ममतेलागीं वश्य ।।

अश्रु गळती बघुनीया, मायभूमिचें दैन्य ।
राखेमध्यें मिसळुनि ते, देतो ती फांसून ।।

करूनि साजरी ही होळी, बनलो आज फकीर ।
भरतभूमि ती एक दिसे इतरांची न फिकीर ।।

'होळीवर निजहृदयाच्या 'नवी गुढी' स्थापून ।
'कुमार' दावी सकलांना नव्या मनूची खूण ।।

कुमार, नवयुग, ऑगस्ट - सप्टेंबर १९१९, पृ. ६०४

भाऊबीज

हंसे दिवाळी, अंधाराला धवल करी तेजें ।
दिव्य खरीही, उगीच नाहीं, नांव जगीं गाजे ।।
'नरक' मारुनी, स्वर्ग हंसवुनी आणी भूवरती ।
'लक्ष्मी-पूजन' करुनी, प्रेमें धरिते तिज पुरती ।।
पति-पत्नीच्या बंधुभगिनीच्या प्रेमाला भरती ।
आणुनि, बुडवुनि टाकी सगळ्या द्वेषाच्या वृत्ती ।।
वृद्ध जाहल्या लोकां करिते संगें निज मुग्ध ।
दिवाळीमध्ये दु:खमरण हें सहज होई दग्ध ।।१।।
अशी दिवाळी, या ओळीचा कळस भाउबीज ।
फुलती लतिका जेथें होतें प्रेमाचें बीज ।।
भावभेद हा पळांत जेथें विलयाला जाई ।
प्रेमाचें साम्राज्य चहुंकडे विलसुनिया राही ।।
याहुनि दुसरा मोक्ष कशाचा, ब्रह्माशीं मिळणी ।
घडुनी जाई, वाहत राही प्रेमाचें पाणीं ।।
खालीं वरतीं, अथवा भंवतीं किंवा हृदयांत ।
भाउबिजेची प्रीती हंसते, नवगीतें गात ।।२।।
नवनवसाच्या भाउबिजेच्या दिवसाची छाया ।
गगनमंडलीं, दावुं लागली शुभ्र धवल काया ।।
उष:काल हा भाऊ आला वेलींनां दिसला ।
मनीं हर्षल्या, नाचुं लागल्या, स्वागतास सजल्या ।।
कोमलपल्लव सुंदर गुंफुनि ओंवाळिति त्याला ।
अस्फुट फुललीं फुलें सुगंधी सजे दीप-माला ।।
आकाशांतुनि कर लांबवुनी ओंवाळणि घाली ।
हळूच झळके वेलीवरती मोत्यांची जाळी ।।३।।
मुक्या पक्षिणी वृक्षांवरती डोळे उघडुनिया ।
उत्कंठेने वाट कुणाची पाहत बसती या ।।
शीतल कोमल उष:कालचा वारा हा भाई ।
आनंदानें मंदमंदशा पदीं गृहीं येई ।।

मुक्या मनांची सर्वस्वाची ओंवाळणि झाली ।
प्राण जगाचा भाऊ त्यांचा, ओंवाळणि घाली ।।

दिधला त्यानें कंठ तयांनां, गाती लवलाही ।
भाउबिजेच्या स्तोत्रांवांचुन गान दुजें नाहीं ।।४।।

झरझर चाले ही निर्झरिणी, आज परी मंद ।
पदें जाहलीं, प्रेमभरानें दाटे आनंद ।।

गिरिची कन्या म्हणुनि कांठच्या पाषाणांपुढतीं ।
जाई सांगे लोटुं नको मज भाई तूं परती ।।

स्वभाव विसरुनि, मनिं न आणतां गतगोष्टी सगळ्या ।
भाउबिजेला घालिन भाऊ तुझ्या गळ्यांत गळा ।।

बघतां बघतां भाऊ गेला बहिणीच्या हृदयीं ।
त्या दोघांचा निमिषामध्यें एक जीव होई ।।५।।

करीं आरती तेजस्वी ही पूर्वदिशा घेई ।
हृदयामधुनी प्रेमरसाची गंगा कीं वाही ।।

हें सृष्टीचें मंदिर सजलें स्वागत करण्याला ।
कमलें फुललीं, वनेंहि खुललीं, पहावया 'त्याला' ।।

लाल मंदिला, दिनमणि त्याला, मंदिरांत आला ।
संध्या सरली, दिवस लागला, समारंभ झाला ।।

उद्योगाचें, सद्योगाचें, दान तिला दिधलें ।
त्या दानानें विश्व उजळले, जग रंगुनि गेलें ।।६।।

रवि अस्ताला जाई, झाली नभिं सायंकाळ ।
कां भ्रमराला येण्यालागीं लागतसे वेळ ।।

भगिनी कमलिनि उदास वदनीं पाहतसे नयनीं ।
तों भ्रमराची भ्रमती स्वारी दिसली तुज दुरुनी ।।

असेल चंचल परी विसरला नाहीं बहिणीला ।
चंचल करि जें अचल तयाच्या गाव्या किति लीला ।।

स्वागत करुनी, नेत कमलिनी मंदिरांत त्याला ।
प्रेमरसीं मग भगिनीच्या तो मग्न सुखें झाला ।।७।।

गगनीं सुंदर संध्या रंगे, नटुनी कीं भगिनीं ।
वनभागाला, निज भावाला, ओंवाळी रमणी ।।

नदी-तरंगी रमणाऱ्या या रंगितशा तबकीं ।
शुक्र तारका दीप लावुनी ओंवाळुनि टाकी ।।
हिरवे गहिरे वीरवृक्ष दे वांकवुनी मान ।
फलांफुलांनीं निज भगिनीचा करिती सन्मान ।।
नर-नारी हा भेद सुटोनी, गर्व सर्व हरला ।
एकच नारायण या दिवशीं हृदयांतरिं रमला ।।८।।

चंद्र बिजेचा आनंदाचा येई उदयाला ।
लहरि-करीं निज भगिनी लक्ष्मी ओंवाळी त्याला ।।
या लहरींच्या कोमल हातीं वर्तुळ-तबकांत ।
निरंजनें ही फेनमिषानें चमकत हंसतात ।।
दशा सुताची लोक अर्पिती, भाऊरायाला ।
हिनें अर्पिला निळासांवळा सुंदरसा शेला ।।
चंद्र सुधेची तबकामध्यें ओंवाळणि घाली ।
प्रीति भेटली प्रीतीलागीं क्षणीं एक झाली ।।९।।

एकुलती नच एकच याला लक्ष्मी ही भगिनी ।
किती कुमुदिनी कुमुदबांधवा ओंवाळिति जमुनी ।।
जलवासी या सदा तापसी बीजेच्या दिवशीं ।
डुलती खुलती हृदयें देती प्रीतीच्या पाशीं ।।
फुलल्या कुमुदांच्या या तबकीं प्रीतीची ज्योत ।
रम्य पाजळे, आज साजरी भाउबीज होत ।।
ताप निरवुनी तबकीं दिधली चंद्रें शीतलता ।
भाउबिजेचीं फुलें बहरुनी डुलते प्रेमलता ।।१०।।

गगनीं विहरे मंगलमय ही मेघांची माला ।
तेथुनि दुरुनी ओंवाळी मग या भूभागाला ।।
जीवन नित्य तयाला पुरवी, पुरवितसे कोड ।
वाढविला हा बालकराजस, झाला किति गोड ।।
शुभ्र धवलशा नेसुनि वसना, देहच ओंवाळी ।
भावापुढतीं गणित न कांही, तन्मय ही झाली ।।
बाष्पमिषानें भाऊ घाली ओंवाळणि तिजला ।
खऱ्या प्रीतिचा मंगल संगम येथे मज दिसला ।।११।।

युगसाक्षी या दिव्य तारका उज्ज्वलशा नयनीं ।
आरंभांतुनि जाणत आल्या काळाची करणीं ।।
निज किरणांच्या निरंजनांनीं ओवाळिति त्याला ।
मंगल कालीं काल मनोरम होउनिया बसला ।।१२।।
या काळाच्या ओघा नाही खंड कधीं पडला ।
तशा तारका सदैव गगनीं आजवरी खुलल्या ।।
बहीण भाऊ प्रेमानें परि पवित्र या दिवशीं ।
हंसता रमतां विश्व विरत हे स्थिरतेच्या पाशीं ।।१३।।
कविते, भगिनी, तुझ्या पाठचा भाऊ दीन कवी ।
तव वदनाचें दर्शन अजुनी ह्मणुनी नच होई ।।
चल आलों हा तुझ्या गृहाला ओंवाळी मजला ।
हृदयरसानें रसरसलेली दीपांची माला ।।
मग पाहूं दे कसें न होई दर्शन वदनाचें ।
कृपाकटाक्षावांचुनि वदनीं हंसें कसें नाचे? ।।
असेन वेडा परी तुझा मी भाऊ लडिवाळ ।
ताई तूं, तुजजवळी येई जणूं तुझें बाळ ।।१४।।
हा भावाचा पाट मांडिला रांगोळी भंवती ।
रम्य काढली कवी-मनाची जणुं सुंदर वृत्ती ।।
या सृष्टीच्या तबकामध्यें रंगी बेरंगी ।
निरंजनें ही स्फूर्तीचीं तव निशाणेंच अवघी ।।
आली माझी ताई आली, ओंवाळणि घाली ।
एकच झालों आह्मी दोघे, ओंवाळणि झाली ।।
स्फूर्तीची तव छाया दिधली परत तुला ताई ।
या हृदयाविण द्याया तुजला अन्य नसे कांहीं ।।१५।।
महाराष्ट्र हें - भाषा त्याची भगिनी कोणाची? ।
महाराष्ट्र-भू तेजस्वी ही-भगिनी कोणाची? ।।
या भगिनीचा भाऊ व्हावा कोण पुण्यवंत ।
पुढें सरोनी ओंवाळणि या घालिल बलवंत ।।
'ज्ञानदेव' अज्ञान नाशुनी भाषेला बोले ।
'नवयुग' आलें तोंड उजळलें, ओंवाळी बाले ।।

अनाथ भाषा सनाथ करुनी 'एकनाथ' सांगे ।
मालिन्याचें नांव न उरलें 'नवयुग' हें वागे ॥१६॥

'करीं तुतारी' फुंकी जबरी 'केशवसुत' वीर ।
नवयुग आलें - तुझा भाउ हा - माते धरि धीर ॥

या ओंवाळी या सांभाळी वाग जसें सांगे ।
दैन्य होउनि दूर उजळतिल सगळीं तव अंगें ॥

'गोविंदाग्रज' 'दसरा' दावुनि बोल तेच बोले ।
'नवयुग' आलें जग हें सगळें बोलुनिया खेळे ॥

भाषा जननी, ओंवाळी ह्या तेजस्वी भावा ।
'नवयुग' नांवें जगामधें हा सदैव गाजावा ॥१७॥

महाराष्ट्र, नवयुग आहे परिचित पूर्ण तुला ।
शिवरायाच्या नयनीं नाचुनि विक्रम दाखविला ॥

सिंहगडाचा सिंह तसा तो खिंडींतिल वीर ।
यांच्या रूपें नवयुग दिसलें, देउनियां धीर ॥

नेली दिल्ली पुण्यपुराला गाजी तो बाजी ।
माधव पहिला विजयश्री ज्या सदैव हो राजी ॥

तुझेच माते पूत जयांनीं तुजला उद्धरिलें ।
नव्या युगाचें स्मरण सदोदित तुझ्या मनीं खेळे ॥१८॥

तुझे रानडे, तुझे गोखले, टिळक तुझे माते ।
नव्या युगाशीं उघड दिसे हें तुझें मला नातें ॥

'सुधारका'चा तुझाच छावा, 'बालकवी'-पावा ।
'नवयुग' आलें तुझ्या गृहाला जवळी घे भावा ॥

भाउबीज करि आज साजरी धरुनी भावाला ।
'नवयुग' देइल स्वातंत्र्याचे अलंकार तुजला ॥

सर्वस्वाची, पुण्याईची, प्रेमाची भेट ।
नव आशांच्या कारंजांची नसे मुळीं तूट ॥१९॥

भारतमाते सातसमुद्रहि उल्लंघुनि आला ।
स्वातंत्र्याचा प्रतिनिधि इकडे ओंवाळी त्याला ॥

श्वेतद्वीपाची तूं भगिनी, भाऊ तव थोर ।
प्रसंग मंगल, अहा! पातला, प्रेमा आधार ॥

निज हृदयाच्या तबकामध्यें राजनिष्ठ-वृत्ती ।
निरंजनें हीं त्याच्या प्रेमा आणितील भरती ।।

उभी तुजपुढें, श्वेतद्वीपा, प्रेमळ तव भगिनी ।
भाउबीज करि खरी साजरी प्रीती परतोनी ।।२०।।

दैन्य दूर करि, उदास वदनीं खुलवीरे लाली ।
अभय दे तिला अन्नालाही महाग जी झाली ।।

सुवर्णभूमी नांव हिचें परि मातीला मिळली ।
घेउनि जवळी तिज कुरवाळी येइल मग लाली ।।

हातपाय हे जखडुनि गेले, चलन वलन नाहीं ।
तोड बंधनें हवा मोकळी घेऊं दे कांहीं ।।

हां हां ह्मणता कशी अप्सरा, भूमिसुवर्णाची ।
खुलेल हें तूं नयनीं बघशिल महती प्रेमाची ।।२१।।

पहा दिवाळी तुज ओंवाळी तेजाची ज्योत ।
भावभरानें स्नेहरसानें ठेव जागवीत ।।

जें जें मंगल सुंदर जगतीं संगम कवि त्यांचा ।
ह्मणुनि दिवाळी त्या ओवाळी, बंधु खरा तीचा ।।

हृदयमंदिरीं पूजन करि या प्रेमळ भगिनीचें ।
परार्थ मोहिल स्वार्थवृत्तिला, बल हें प्रेमाचें ।।

मूहुर्त मंगल भाउबिजेचा, सृष्टीला गाणें ।
'कुमार' गाई भाऊ होई, कोण न हें जाणे! ।।२२।।

कुमार, नवयुग, ऑक्टोबर, १९१९, पृ. ६७७-६७९

नवयुग

(राष्ट्राच्या इतिहासांत प्रत्येक पळ हें नवयुगच आहे).

नवयुग क्षितिजावरतीं आलें ।
कभिन्न काळीं रात्र पळाली ।
रातकिड्यांची किरकिर सरली ।
ढोल्यामध्ये घुबडे दडलीं ।
निशाचरांचें राज्य निमालें ॥१॥

नव्या युगाचा लोंढा आला ।
आपल्यापोट्या तारा बुडल्यां ।
चंचल चंद्रासंगे गेल्या ।
क्षणांत सगळ्या निजधामाला ।
भिन्नपणाचा भाव उडाला ॥२॥

भूल भयंकर जुनी पुराणी ।
देउनि निजविलि जागृति-राणी ।
शासन अपुलें शाश्वत मानी ।
क्रूर तामसी रजनी निजमनिं ।
परि विरली ती नवयुग बघुनी ॥३॥

हृदय सृष्टिचें हलूं लागलें ।
पक्षिमुखानें अस्फुट गाई ।
अरुणमिषानें लाली दावी ।
लहरीवरती विहरत जाई ।
चैतन्यासह नवयुग आलें ॥४॥

मातृभूमिच्या हंबरण्याला ।
संधिकाल हा धाडुनि दिधला ।
निजरक्ताने रंगविण्याला ।
शुभ्र यशानें शोभविण्याला ।
स्थिर करण्याला रविरायाला ॥५॥

उठा उठा तर आळस भिरकुनि ।
मुखीं काळिमा अपकीर्तीचा ।
मार्जन करुनी धुवावयाचा ।
अभिषेकानें मग अश्रूंच्या ।
माता लाविल मोह हांकुनी ॥६॥

तरुणांनों तर बांधा कमरा ।
पिकलीं पानें, कोमल पल्लव ।
व्यवहाराला उपयोग न लव ।
उमद्या हिरव्यांचे हें वैभव ।
विडा उचलुनी पुढें तर सरा ॥७॥

फुटे तांबडे-कुंड पेटलें ।
स्वार्थाचें बलिदान भराभर ।
स्नेहाच्या आहुती तयावर ।
देतां, होतिल प्रसन्न सुरवर ।
निघतिल इच्छित प्रसाद सगळे ॥८॥

हीच पर्वणी पुण्याईची ।
बेहिमती कां उदास बसलां ।
गुडघ्यांमध्यें माना दिधल्या ।
नसे चालला लग्न-सोहळा ।
घोर लढाई जीवावरची ॥९॥

ओसाडींतिल माळमळ्यांनां ।
फुलवायाला, हंसवायाला ।
राख हवी जी खत द्यायाला ।
जाळुनिया अपुल्या देहाला ।
दिधली ज्यांनी, वंदन त्यांना ॥१०॥

कर्तव्याला जागुनि गेले ।
डुलकी कसली तुम्ही घेतां ।
हृदयावरि खंजीर घालतां ।
रक्ताच्या चिळकांड्या उडतां ।
जीवन मिळुनी हंसतिल सगळे ॥११॥

जें जें पिंडी तें ब्रम्हांडीं ।
वेदांताचे बोल बोलणें ।
करणी करण्या कर नच देणें ।
म्हणवुनि घेणें जगीं शहाणे ।
संसाराची घांसत भांडी ॥१२॥

जरि श्रुतिस्मृति कोळुनि प्यालां ।
तेज न लाभे तरि धर्माचें ।
बोल दयेचा येइ न वाचे ।
नाच चालले हे कपटाचे ।
धर्माचे मार्तंड उगवलां ॥१३॥

भरतभूमिचे भावी अंकुर ।
झाडांझुडपांमधें दडविले ।
हवा मोकळी कधीं नच मिळे ।
नच ज्ञानाचा बिंदुही गळे ।
होतिल मोठे वृक्ष खरोखर ॥१४॥

वितंडवादीं व्यर्थ गुंतलां ।
सवती सवती काय भांडतां ।
मांजरापरी मौज दावितां ।
आग लागली गृहास असतां ।
कुणी लावली शोध कशाला ? ॥१५॥

निःस्वार्थाच्या शिड्या रोवुनी ।
रणधीरांनीं वरती चढुनी ।
विद्येची नवगंगा ओतुनि ।
एकमनानें आग विझवुनि ।
घर राखावे घ्या हें ध्यानी ॥१६॥

राष्ट्र पोंचलें रसातळाला ।
पदवी कसली घेउनि बसला ।
जातगोत हा गोंधळ कसला ।
या गर्तेतुनि उद्धरण्याला ।
अठरा जातींच्या हो मेळा ॥१७॥

घोड्यावरतीं हुरडा चोळित ।
पहिला बाजी मुलुखगिरि करी ।
वंशज त्याचे वदे वैखरी ।
माजघरांतुनि पुढल्यादारीं ।
उरली आतां हीच करामत ! ॥१८॥

टिळक-गोखले काय सांगती ।
स्वार्थाची घ्या हातीं माती ।
जीवेंभावें फुंकुनि द्या ती ।
फेंकुनि भंवती भूतावरती ।
कळेल या मंत्राची शक्ति ॥१९॥

वाण सतीचें भाग्यें लाभे ।
त्यागाच्या तर धर्मशिळेवर ।
उभे राहुनी, हांसत सुस्वर ।
द्या फेंकुनियां आंत कलेवर ।
नका डगमगूं मोहें लोभें ॥२०॥

दळुबाई या समाजांतल्या ।
जात्याच्या सिंहासनिं बसुनी ।
अशुभ सारखी घर घर लावुनि ।
परतविण्याला गातिल गाणीं ।
बाइलबुद्धि न ये कामाला ! ॥२१॥

तीर नथेंतुनि अचुक मारती ।
शूर असे शेंदाड शिपाई ।
म्हणतिल कसली आहे घाई ।
अगम्य आम्हां नाहीं कांहीं ।
द्या लथाडुनि शेंदाडें तीं ॥२२॥

क्षितिजावर ह्या नव्या युगाला ।
निजहृदयांचे तर्पण करुनी ।
आकांक्षांचीं अर्घ्यें भरुनी ।
नि:स्वार्थाचा मंत्र जपोनि ।
गुलाम बंदा करा आपुला ॥२३॥

आपुल्या पायांवरतीं उठती ।
देव हात त्या देई अंतीं ।
लुले पांगळे म्हणुनी बसती ।
मातीमध्यें खितपत पडती ।
कठोर वाणी घ्या ही चित्तीं ॥२४॥

स्वार्थावरि ठेवितां निखारे ।
रडेल आई दोनच नयनीं ।
कोट्यावधि परि निजनयनांनी ।
हंसेल हर्षुनि भारतजननी ।
आप्तच तुमचे होतिल सारे ॥२५॥

या वेळेला चुकतां, मुकलां ।
समजा भावी मग भाग्याला ।
रडणें कायमचें ये भालां ।
बुद्धीचाही बोथट भाला ।
गुलामगिरीला असल्या जाळा ॥२६॥

धर्माच्या या सुंदर वृक्षा ।
अजगरीण ही धरुनी बसली ।
फुलें तयाची दुर्मिळ झालीं ।
पूजा भलती भालीं आली ।
नैवेद्या सौख्याचीं रक्षा ॥२७॥

विवेकधनु तर सज्ज करोनी ।
कर्तृत्वाचे बाण सोडुनी ।
अजगरीण ही पुरी मारुनी ।
तरु सुंदर हा निर्भय करुनी ।
फुलांत झांका सगळी अवनी ॥२८॥
सुंदर मंदिर उभारण्याला ।
चिरकालिक तें जगिं टिकण्याला ।
बळी पाहिजे आधीं दिधला ।
कच खाउनि जो आज कचरला ।
कायमचा तो मेला गेला ॥२९॥

स्वप्राणानें फुंकुनि दिधली ।
सद्‌गुरुनें जी 'तुतारी' भली ।
दुमदुमवी ती दुनिया सगळी ।
'कुमार'-रूपें ध्वनिंच्या मेळीं ।
पाषाणाची ही आरोळी ॥३०॥

कुमार, नवयुग, फेब्रुवारी - मार्च १९२०, पृ. १७१ १७३

मनोरथ

विश्वाच्या समरीं मिळो विजय हा हेतू धरोनी मनी ।
चातुर्ये रचिला मनोरथ महा-स्त्रष्टयास जो लाजवी ।
उत्साही हृदिं दिव्य जो सजविला-नाहीं तुला ज्या जनीं ।
मोठें धाडस हा लगाम दिधला ज्यांचा पुरा सोडुनी ।।

आशा-सारथि-संचरे त्रिभुवनीं एका क्षणाभ्यंतरीं ।
उत्कंठा उडवीत ती हयशिरीं वेगें तया धांववी ।
चाकें देउनि रम्यशीं नटवि ज्या ती कल्पनासुंदरी ।
ऐसा हा सजला मनोरथ महा-स्त्रष्ट्यास जो लाजवी ।।

भारी मार्ग दिसे न हा परि पळे, लीलेत त्याच्यावरी ।
विश्वाचें मधुसार सादर करीं सेवावयाला सजे ।
झाला दिग्विजयी मुठींत सहजी साऱ्या जगाला घरी ।
मोठे डोंगर मृत्तिकेस मिळती-देती विरोधास जे ।।

दैवाची परि वक्र अंगुलि यदा चक्रामधें ती शिरे ।
एका भग्न कण्याशिवाय न तिथें नांवास कांहीं उरे ।।

कुमार, उद्यान, एप्रिल - मे - जून १९२०, पृ. १३३

काकबळी

अचुक व्रणावर टोंच मारणे हीच कला ज्यांच्या अंगीं
किती कावळे असे पोशिले दंभाच्या रंगीं ढंगीं
अमित कोकिळा गळा सुकोनी नीरस देशा टाकोनी
दूरि पोंचल्या निजगानासह जें न पुन्हा येइल कानीं
रिझविल रडत्या हृदयाला जें, रमविल श्रमल्या चित्ताला
भ्रमिष्ट मानस आणिल मार्गी, गमविलें त्या गानाला
काकांपुढतीं अशा कोकिळा बळी देउनी जन्माची
जोड जोडली ही भाग्याची-'काव काव' रडगाण्याची
जवळ करूनि कावळे दवडिले राघू राजस रानांत
वर्णसंकरापासुनि रक्षण करणें धर्माची रीत!
पटे न पोपटपंची मंजुळ न्यायी शास्त्रांच्या हृदया
'घटपट खटपट' 'कावकाव' ही चित्तां रूचते त्यांच्या या
काकांपुढतीं राघू म्हणुनी बळी देउनी जन्माचे
विकत घेतले श्राद्ध सदाचें 'काव काव' रडगाण्याचें
नको भरारी गरूडाची ती, नकळे कोठें नेईल!
चंडोलासह नको संग तो, रविचें दर्शन होईल!
दृष्टींपुढतीं नकोत कोणी काकालागीं सर्व बळी
धर्मच देणें, तिळभर पर्वा आम्हां इतरांची न मुळी
सर्वस्वाची सदैव पर्वा मोठे मोठे काकबळी
समाजपुरुषा, काकवृंद तो, जगविसि जो तुजलाच छळी

कुमार, उद्यान, एप्रिल - मे - जून १९२०, पृ. १५१

वेडा

जन म्हणती मजलागी वेडा, वेड कशाचें कुणा कळे ।
खडे सोडुनी उधळित असतो सगळ्यावरती सदा-फुले ॥
मध्येंच बोलत असताना ।
लागे घ्याया मी ताना ।
थांबे कारण नसतांना ।
कुणास कळतें की मी गातों । हृदयांतरिच्या स्फूर्तिबळें ॥१॥
जग गढलें हे व्यवसायामधिं खेळत मी किरणांसंगे ।
कळलें कोणा, तिमिर भंगतां, हृदय तयासह हें रंगे ॥
दुपार झाली वर गगनी ।
तीरावरती परि बसुनी ।
हालविता हालें पाणी ।
त्यासह हसुनी हृदय तयावरि तरंग उठती स्फूर्तिबळें ॥२॥
फुले खुडावीं, बाजारामधिं दमडीच्या मोलें द्यावीं ।
पापी श्वासांनी अथवा तीं हुंगुनि दूर झुगारावीं ॥
शहाण्या जगता हेंच सुचे ।
या वेड्याला परि न रुचे ।
ठेवुनि वेलीवरती, वचें ।
मंजुळ बोलत, दगंत गुंगत, काळा पळवी स्फूर्ति बळें ॥३॥
झांकुनि दारें तसेच डोळे, पाहत राहे दुःखस्वप्नें ।
त्यातच मानी मोठें सुख जग, निरखुनि स्वप्नांतिल विघ्नें ॥
गगनिं चांदण्या ह्या फुलल्या ।
रम्य रसानें ज्या झुकल्या ।
वाट दावितिल या चुकल्या ।
हृदयाला हे म्हणुनि भासतें सर्व जगाला खरे खुळे ॥४॥
पोट लागले पाठीमागें पायाखालीं म्हणुनियां ।
बघत चालले, भोंवतालचा रम्यपणा गेला वायां ॥
डोळे झांकुनि हृदयाचे ।
मार्गि भटकति जगताचे ।
बोल परी या वेड्याचे ।
वेड्याचे ते! असोत कवणा गोड वेड हे आज मिळे ॥५॥

कुमार, महाराष्ट्र-साहित्य, सप्टेंबर १९२०, पृ. १६

फेकलेली फुले

सहज फेकुनी देते लतिफा वाऱ्यावरती फुले ।
गंध सुखाचा ज्या नच हृदया सुगंध तेथे झुले ।।

विद्युन्माला चमक फेंकिते तिमिरी कोठें तरी ।
काळवंडली सृष्टि हांसते क्षणभर मग अंतरी ।।

नाचत नाचत मेघ उधळितो जलबिंदूंची फुलें ।
गळां घालुनी माळ मनोहर सुकलेलें तृण डुले ।।

बाळ हांसते कुणी काढिली खुदकन गाली खळी ।
जिच्यांत जीवाच्या जंजाळा दिली समाधी जली ।।

लहरी फेकिति तुषार भुरभुर, दिसती जरि नाचरे ।
मन मेलेले सावध करिती- विश्वामध्यें फिरे ।।

फुलें उमलली फेंकुनि दिधली लीलेनें ही जरी ।
दुर्भाग्याच्या दुर्गंधाला हरितिल निमिषांतरी ।।

असाच अपुल्या काव्यलतेला वसंत लाभो सदा ।
'कुमार' विनवी, 'माधवराया', वंदन करूनी पदां ।।

कुमार, नवयुग, जानेवारी १९२१, पृ. १३

विलक्षण जोडी!

Our sincerest laughter
With some pain is fraught.
Our sweetest songs are those that tell of saddest thought.

P. B. Shelley

‘हें हंसणें रडणें जगीं बरोबर चाले ।
कां उगाच जीवा खिन्न तुझें मन झालें ।।ध्रु०।।

हांसते उषेच्या मिषें लाजरी सृष्टी ।
फेकिते जगावरि अपुली चंचल दृष्टी ।।
त्या वेळीं परि कां ढाळी ती दंव-जाळी ।
कोणतें दुःख या सुखांत तिजला जाळी ।।१।।

चांदणें उजळवी हृदयांतील अंधारा ।
पाषाणिं पाझरे प्रेमरसाची धारा ।।
परि तारारूपें या सुखशिखरावरुनी ।
गाळिते आंसवें कां मग रजनीरमणी ।।२।।

हे गुलाब कोमल किरणीं गालीं फुलले ।
लागतां झुळुक त्यां खळी तयावर डोले ।।
लोटले पळ न तों, आली सर ही आली ।
जलबिंदु चमकती त्याच गुलाबी गालीं ।।३।।

घेतसे गिरी हा अंगी हिरवा शेला ।
लेतसे बहुपरी रम्य फुलांच्या माळा ।।
परि हृदयामधुनी झरा असा कां वाहे ।
कोणतें दुःख या रडवी आपुल्या दाहें ।।४।।

माहेरकरी हा वसंत वेलीलागीं ।
मोकळ्या मनानें त्याही खुलती वेगीं ।
वाहतो गार हा वसंतांतला वारा ।
परि ढाळिति वेली पुष्पमिषानें धारा ।।५।।

ही नदी मुखा निज सागरवक्षावरती ।
ठेविते, भासते प्रणवाची ही भरती ।।
परि इथेंच उडती तुषार कां अश्रूंचे ।
या हृदयसंगमीं शल्य कोणतें जाचे ।।६।।

पाहुनी छबकडा मधुर फुलांचा झेला ।
हांलतो आइच्या हृदयाचा हा झोला ।
आनंदें हंसतां डोळे भरुनी आले ।
हांसण्यांस रडणें मिळुनी समरस झालें ।।७।।

हें हंसणें रडणें खरी विलक्षण जोडी ।
या जोडीमध्यें निसर्ग ठेवी गोडी ।।
फोडितां नये, ही कवण उपायीं जोडी ।
ही जोडी स्वर्गी देवालाहि न सोडी ।।८।।

'हें हंसणें रडणें जगीं बरोबर चाले ।
कां उगाच जीवा खिन्न तुझें मन झालें' ।।

कुमार, महाराष्ट्र-साहित्य, जानेवारी-फेब्रुवारी १९२१, पृ. १४४

भगवा झेंडा एकच हा!

रणीं फडकती लाखो झेंडे अरुणाचा अवतार महा ।
विजयश्रीला श्रीविष्णुपरि भगवा झेंडा एकच हा ।।ध्रु०।।

शिवरायाच्या दृढ वज्राची सह्याद्रीच्या हृदयाची ।
दर्या खवळे तिळभर न ढळे-कणखर काठी झेंड्याची ।।
तरवारीच्या धारेवरती पंचप्राणां नाचवितां ।
पाश पटापट तुटती, त्यांचा खेळे पट झेंड्यावरता ।।
लीलेनें खंजीर खुपसतां मोहक मायेच्या हृदयीं ।
रामदास-रस-भक्तीने हा ध्वज सगळा भगवा होई ।।
अधर्म लाथेने तुडवी ।
धर्माला गगनी चढवी ।
राम रणांगणी मग दावी ।
विजयश्रीला श्रीविष्णुपरि भगवा झेंडा एकच हा ।।१।।

कधी न केलें निजमुख काळे पाठ दावुनी शत्रूला ।
कृष्ण कारणीं क्षणही न रणीं धर्माचा हा ध्वज दिसलां ।।
टोंच मारण्या परव्रणावर काकापरि नच फडफडला ।
जणूं जटायू रावणमार्गी उलट रणांगणि हा ठेला ।।
पर लक्ष्मीला पळवायाला पळभर पदर न हा पसरे ।
श्वासाश्वासासह सत्याचें संचरते जगती वारे ।।
गगनमंदिरी धांव खरी ।
मलिन मृत्तिका-लव न धरी ।
नग राजांचा गर्व हरी ।
रणी फडकती लाखो झेंडे अरुणाचा अवतार महा ।
विजयश्रीला श्रीविष्णुपरि भगवा झेंडा एकच हा ।।२।।

मुरारबाजी करि कारंजी पुरंदरावर हृदयाची ।
सुकली कुठली, दौलत झाली धर्माच्या ध्वजराजाची ।।
संभाजीच्या हृदयी उसळे राष्ट्रप्रेमाचे पाणी ।
अमर तयाच्या छटा झळकता-निधड्या छातीची वाणी ।।
धरूनि उराशी जोडे निजला जो रणांगणी राणोजी ।

मान इमानापायी ज्याची, चमके त्याची ही बाजी ॥
हें सिंहासन निष्ठेचें ।
हे नंदनवन देवांचे ।
मूर्तिमंत हा हरि नाचे ।
रणी फडकती लाखो झेंडे, अरुणाचा अवतार महा ।
विजयश्रीला श्रीविष्णुपरि, भगवा झेंडा एकच हा ॥३॥

स्मशानातल्या दिव्य महाली निजनाथासह पतिव्रता ।
सौभाग्याची सीमा निजली, उजळायाला या जगता ॥
रमा-माधवासवें पोंचल्या गगनांतरिं जळत्या ज्योती ।
चिन्मंगल ती चित्ता झळकतें या भगव्या झेंड्यावरती ॥
नसुनी असणे, मरूनी जगणे, राख होउनी पालवणें ।
जीवाभावाच्या जादूचे ध्वजराजाला हे लेणे ॥
संसाराचा अंत इथे ।
मोहाची क्षणि गांठ तुटे ।
धुकें फिटे, नव विश्व उठे ।
रणी फडकती लाखो झेंडे, अरुणाचा अवतार महा ।
विजयश्रीला श्रीविष्णुपरि भगवा झेंडा एकच हा ॥४॥

या झेंड्याचे हे आवाहन 'महादेव हरहर' बोला ।
उठा मराठे अंधारावर घाव निशाणीचा घाला ॥
उडी कडाडुनि पडतां झाडें कंपित हृदयांतरि होती ।
टक्कर देतां फत्तर फुटती डोंगर मातीला मिळती ॥
झंझावाता पोटी येउनि पान हलेना हाताने ।
कलंक असला धुवुनि टाकणें शिवरायाच्या राष्ट्राने ॥
घनचक्कर या युद्धांत ।
व्हा राष्ट्राचे राऊत ।
कर्तृत्वाचा द्या हात ।
तळपत दावी पथ तेजाचा अरुणाचा अवतार महा ।
विजयश्रीला श्रीविष्णुपरि भगवा झेंडा एकच हा ॥५॥

कुमार, नवयुग, फेब्रुवारी १९२१, पृ.१०९-११०

पं.वा.गजानन भास्कर वैद्य

विरल विरल वेलीवर सुमनें झुंजे झंझावात ।
सुगंध-सर्वस्वासह गळतो क्रूर काळ-पाशांत ॥१॥

अनंत कटंक ठायी ठायी डोंले डोलत बसती ।
टोचुनि इतरां रक्त चाखिती, शाश्वत त्यांची वसती ॥२॥

दिव्य तारका अंध मनाला मार्ग दावितां तेजे ।
निखळुनि जाते, तिमिर खालती वरती ज्योति विराजे ॥३॥

तुकडे तुकडे नवखङ्गांचे स्वातंत्र्यास्तव लढता ।
अभंग राहे सुरी गाइचा गळा चराचर चिरितां ॥४॥

शतायुषी स्वार्थाचे सेवक, मातृभूमिंचे नाहीं ।
आम्रतरूवर वीज कोसळे बाभळ नाचत राही ॥५॥

ही सृष्टीची रेषा लिहिली सह्याद्रीच्या भाली ।
चरणतली रत्नाकर ज्याच्या प्रेमे अंजुलि घाली ॥६॥

रत्ना मागुनि रत्नें गळती हातीं उरते माती ।
स्वयंप्रकाशी ज्योती जाती, भुतें भोवती दिसती ॥७॥

खाणें, लेणे, निजणें, रडणे दुनियेचा हा घाणा ।
दूर भिरकुनी वीर मिरविती आत्म्याचा निज बाणा॥८॥

हृद्रोगानें होउनि गेला समाज सगळा पंगू ।
छाती ठोकुनि वैद्यराज हे औषध ह्मणती सांगू ॥९॥

चलनवलन या धर्मशरीरा नाहीं रोगी झाले ।
धर्मव्रतमात्रेनें सुकले डोळे केले ओले ॥१०॥

ही स्फूर्तीची गंगा धावे, पर्वत येती आड ।
सात्विक भक्तीपुढती लागे काय बळाचा पाड? ॥११॥

धर्मसूर्य आर्यांचा विलसो उदयगिरींच्या शिखरी ।
दुरिताचें नच तिमिर रहावें गिरिराजांच्या कुहरी ॥१२॥

निज रक्ताचे करुनी पाणी अर्घ्यें दिधली ह्मणुनी ।
फुटे तांबडे अध्वर्यु परि गेले सकला त्यजुनी ॥१३॥

अक्रोडाला अंकुर फुटला, माळी नेला काळें ।
माता गेली स्वर्गी जो नच बाळ बोबडें बोले ।।१४।।

स्वजनहिताचें मंदिर मोडुनि भूमीवरती पडलें ।
धर्मत्यागी दीन जनांचे छत्र भंगुनी गेले ।।१५।।

समाधान लाभेल जगाला आर्यधर्म सहवासें ।
दुबळे ह्मणुनी जवळ ओढिले कोमलतेच्या कोषे ।।१६।।

पर्णें पडती गळती, चित्तीं गणती कोणा नाहीं ।
फळ एखादें नाश पावतां तळमळ हृदयीं होई ।।१७।।

मातृभूमिचे पांग फेडितां परलोकातें जाई ।
पुत्र म्हणावें त्या वीराला दिशा उजळवी दाही ।।१८।।

समाज सिंहासन रूढीचें करिती त्याची क्रांती ।
करितां करितां धुमकेतु हे उदयीं विलया जाती ।।१९।।

नारायण नाचवी नराला काय योजिलें त्यानें ।
चर्मचक्षुला दिसती भरली अंधारानें रानें ।।२०।।

अस्ता गेला रवि उदयाला प्रात:काळी येणें ।
वैद्यराजदर्शनं तें स्वप्नी उत्कंठेनें घेणें ।।२१।।

कुमार, नवयुग, मार्च १९२१, पृ.१३३-१३४

बालविधवा

फुलावयाच्याआधीं सुकतें ।
सुकुनी वेली वरूनि न गळतें ।
प्रात:काळीं नच कधि हंसतें ।
फूल गुलाबी तें ॥१॥

बरोबरीच्या कळ्या उमलल्या ।
रविकिरणासह खेळत बसल्या ।
हृदय देऊनी अंधाराला ।
बसली ही बाला ॥२॥

ह्या बागेची माळिण चिमणी ।
फुलें गुंफुनी घाली वेणी ।
बिचारीकडे बघे न कोणी ।
प्रेमलसा प्राणी ॥३॥

हृदयांतरिंचा रस जाणुनियां ।
भ्रमर रसिक जरि येई ठाया ।
हांकाटी तरि करिती बाया ।
कीं हें योग्य न या ॥४॥

जें मुग्ध ते करूनिया करि दग्ध, त्यातें ।
वाटे कसे नच मना दुखवावयातें ।
पाही फुलें पुढतिं हीं, अजुनीहि जागा ।
होई, दयेस हृदयीं करि आज जागा ॥५॥

कुमार, नवयुग, जून १९२१, पृ. ३५५

हा बाळ चितेवर निजला

प्राणाहुति अर्पायाला ।
हा बाळ चितेवर निजला ।।ध्रु।।

शिवरायसूर्य मावळतां ।
अंधार भयंकर पडला ।।
नाचती भुतांच्या दिवट्या ।
कवट्यांच्या लेवुनि माळा ।।
भाला मग कुठचा हाती ।
इष्काचा फुटका प्याला ।।
बिजलीचे ऐकुनि बोल ।
वृक्षाचा सुटला ताल ।
छातीची करुनी ढाल ।
राखाया शिवराज्याला ।
संताजी तेव्हां निजला ।।१।।

यवनांची सेना पसरे ।
प्रलयमेघमाळा दुसरी ।।
उदरांत लोपली रात ।
नक्षत्रें सगळीं हंसरीं ।।
वटपत्र करुनि जिंजीचें ।
रामाची राहे स्वारी ।।
प्रलयकाळ पुढतीं ठाके ।
धीरांचे धैर्यही धाके ।
परी राज्य मराठा राखे ।
पोटचा देउनी गोळा ।
श्री बहिरव तेव्हां निजला ।।२।।

चंद्रकोर निजराज्याची ।
पौर्णिमा दिसावी तिजला ।।
डोंगरांतला उंदीर ।
अलम् गिरा भारी झाला ।।

जीवाचें केलें रान ।
हें सकलां दावायाला ।।
परमेश्वर धरिली धार ।
समरांगण मग संसार ।
विजयश्री नाजुक नार ।
नेउनी दूर दिल्लीला ।
मग गाजी बाजी निजला ।।३।।

उलटला डाव दैवाचा ।
जरिपटका खालीं आला ।।
मोडला मराठी भाला ।
हो भगवा झेंडा काळा ।।
वडवानल सागर शोषी ।
मृगराज पराजित झाला ।।
भरतीची वेळा गेली ।
भाग्याची दोरी तुटली ।
चुकुनि कीं बिजली झुकली ।
मग नव्या तपश्चर्येला ।
पानपतीं भाऊ निजला ।।४।।

रंगविला भगवा झेंडा ।
अंगिच्या रुधिर-रंगानें ।।
सजविला मोडका भाला ।
आपुल्या पुन्हां छातीनें ।।
निश्चेष्ट महाराष्ट्राला ।
जगविलें विजयजलानें ।।
खग्रास ग्रहण सोडविलें ।
जगविले पुरे मेलेले ।
प्राणजलें भरले पेले ।
देउनी महाराष्ट्राला ।
मग श्रीमन्माधव निजला ।।५।।
संपले पुण्य पदरींचे ।
शणाच्या जळती पणत्या ।।
अंतस्थ कीड वृक्षाला ।
लाविली भरारीनें त्या ।।
काढिली तीव्र बुद्धीनें ।
वाढला वृक्षवर मोठा ।।
कारंजावरतीं पडले ।
हेतूंची झाली शकलें ।
हें कपाळ पुरतें फुटलें ।
सांवरितां शिवराज्याला ।
कष्टानें नाना निजला ।।६।।

संपला सर्व संसार ।
दुसऱ्याच्या दारीं भीक ।।
महाराज महाराष्ट्राचे ।
हे गुलाम झाले लोक ।।
पोटाच्या खळगीसाठी ।
धर्माची केली राख ।।
नाचती तसें नाचावें ।
बोलती तसें बोलावें ।
देशाचे घ्यावे चावे ।
माजला मेंढरी मेळा ।
इतिहास लोपला, निजला ।।७।।

दर्यावर सर्व हवाला ।
बाळ टिळक जन्मा आला ।।
वाहतो वादळी वारा ।
गारांच्या पडती धारा ।।
आपटती थडथड लाटा ।
अंधारें चुकल्या वाटा ।।
खडकांची भलती दाटी ।
होडीच्या पाणी कांठीं ।
नक्रांच्या घडिघडि भेटी ।
लावुनी पैलतीराला ।
हा बाळ चितेवर निजला ।।८।।

केसरी गर्जला तेव्हां ।
हा सह्याद्री दुमदुमला ।।
पाषाण मुके जन्माचे ।
सोडिती क्षणांत अबोला ।।
ओढ्यांची खळखळ गाणीं ।
बोलती त्याच बोलांला ।।
प्रेतांतहि शिरलें वारें ।
जाहलें सचेतन सारें ।
उघडलीं मनाची दारें ।
जागवुनी निजराष्ट्राला ।
हा बाळ चितेवर निजला ।।९।।

घालुनिया घाव निशाण ।
तोडिले मनाचे पाश ।।
नामर्दपणा नाशोनी ।
पुरुषांना केले पुरुष ।।
वक्ष:स्थलिं वज्राघात ।
ढळला न एक परि केंस ।।
सत्तेला लता दिधली ।
सत्याची गीता धरिली ।
वाजविली मंजुळ मुरली ।
बोधुनी महाराष्ट्राला ।
हा बाळ चितेवर निजला ।।१०।।

देशाच्या पायीं प्राण ।
धर्माच्या पायीं प्राण ।।
सत्याच्या पायीं प्राण ।।
देवाच्या पायीं प्राण ।।
जगिं गुलामगिरि मिळवाया ।
नाहींत मिळाले प्राण ।।
भ्याडांनां धि:कारून ।
पारतंत्र्य धि:कारून ।
प्राणांची घेउनि आण ।
सोडुनी महाराष्ट्राला ।
हा बाळ चितेवर निजला ।।११।।

कुमार, नवयुग, जुलै १९२१,
पृ.४१४-४१५

सीमोल्लंघन

धुउनि काळिमा आकाशाचा दिवस उगवला सोन्याचा ।
अश्रूंच्या धारा त्या खळल्या 'हरहर' गर्जूं दे वाचा ।।ध्रु०।।

मेघांच्या कारागृहि किरणें चार मास जी सापडलीं ।
उजळित जगता उदयगिरीवर तींच पहा हांसत बसली ।
थरथर कांपवि जी हृदयाला कभिन्न काळ्या अंधारी ।
लेपुनि गेली चंचल चपला भ्याडांना भेडविणारी ।।
वाऱ्यांचे निःश्वास सोडुनि सरीवर सरी रडणाऱ्या ।
आशेच्या किरणांत नाहुनी रंगति गगनांगणिं साऱ्या ।
देठीं पिकल्या पानांच्या ।
मलीन सलिलीं सरितांच्या ।
तुफानावरी जलधींच्या ।
घालित घावा दावित देवा सूर्य थाटला दसऱ्याचा ।।१।।

कृत्रिम सीमा परिस्थितीच्या- कोंडुनि सडलें जीवन हें ।
सीमोल्लंघन करावयाला नसांनसांतुनि जग बाहे ।।
राजदंड मिरविला जयांनी पाय धरिति ते परक्यांचे ।
सागर उदरी गिळिला म्हणुनी कां न सरोवर मग नाचे ।।
त्रिभुवन वैभव दान करुनियां पूर्वज गाजुनियां गेले ।
पोटासाठीं आटाआटी करितां वंशज हे मेले ।।
तरवारीचें पाणी पाजुनि पिकें काढिली मोत्यांची ।
नांगर धरूनी पर्जन्याला दीनपणें आतां याची ।।
घेरुनि धरिलें सीमांनी ।
नवनवसें वारापाणी ।
माणुसकी लाजिरवाणी ! ।
सरा पुढें तर सीमोल्लंघनि दुर्बळ हृदया द्या टांचा ।।२।।

कृत्रिम सीमा परिस्थितीच्या दाटुनि गेल्या चोहींकडे ।
सहजच झाले समाजतरुचे या योगें तुकडे तुकडे ।।
हिंदभूमिच्या कुशीं जन्मला पुत्र पुढें ये भेटाया ।
'अस्पृश्या'ची सीमा अडवी, देशबंधुची ही माया ! ।।

सरस्वतीच्या झंकारानें मंजुळ जमले जन सारे ।
पडे आडवा जातिभेद गिरि, जाऊं न देई लव वारें ।।
एका देंहीं अर्धांगाची विषम अढळ सीमा नांदे ।
रूढिराक्षसी डाव्या अंगीं राज्य चालवी निज मोदें ।।
जाच पदोपदिं सीमांचा
खुंटति वाटा प्रगतीच्या ।
कंटाळे मन या काचा ।
सरा पुढें तर सीमोल्लंघनिं दुर्बळ हृदया द्या टांचा ।।३।।

हातीं माती, सीमेपुढतीं सोन्याची सारी वसती ।
पुरुषार्थाची काय पावलें मग रखडत जागीं मरती ।।
काय भरतीचा सागर सीमा ओळखुनी परते पाठीं ।
गगन गांठिता झंजावातां भिववि न सीमांची दाटी ।।
डोंगर भिडले अस्मानाला, त्यांतुनि वाट झरा काढी ।
फत्तर भेदुनि निजरक्तानें सीमाची फोडी कोंडी ।।
सीमोल्लंघन करूनि रात्रिचें सूर्य जागवी जगताला ।
इतिहासाचीं पुढली पानें रंगुनि देती मग ताला ।।
'मिळवा सीमा मातीला ।
सृष्टि धरो निजरूपाला'
गर्जत दसरा हा आला
सरा पुढें तर सीमोल्लंघनिं दुर्बळ हृदयां द्या टांचा ।।
धुउनि काळिमा आकाशाचा दिवस उगवला सोन्याचा ।
अश्रुंच्या धारा त्या खळल्या 'हरहर' गर्जू दे वाचा ।।४।।

कुमार, नवयुग, ऑक्टोबर - नोव्हेंबर १९२१, पृ.५६१- ५६२

चल पुरे तुझें रडगाणें!

(व्यक्ति व राष्ट्र या दोहोंविषयीं निराश झालेल्या एका मनाला दुसऱ्या मनानें दिलेलें उत्तर.)

हंसणें जाणें। चल पुरे तुझें रडगाणें ।।ध्रु०।।

संसाराच्या सागरावरी ।
लहान मोठ्या उठती लहरी ।
फुटतां, फुलतो फेंस फुलारी ।
पाहुनी हंसणें। चल पुरे तुझें रडगाणें ।।१।।

फुलें उमलती, सुकती, गळती ।
वेलीभंवतीं मरूनी पडती ।
त्यांतच खुलते परि फुलवंती ।
बोध हा घेणें।चल पुरे तुझें रडगाणें ।।२।।

कितीक अभ्रें आलीं गेलीं ।
किती तारका गळल्या खालीं ।
गगन हंसतसे प्रभात-काळीं ।
हंसणें जाणें। चल पुरे तुझें रडगाणें ।।३।।

मधु मंगल   मेघांची माला ।
हृदय दुभंगवि दारूण चपला, ।
इंद्रधनु-मिषें हंसते बाला ।
हंसणें जाणें। चल पुरे तुझें रडगाणें ।।४।।

सलिलें सुकलीं, ओघ आटला ।
शेला हिरवा पार फाटला ।
गाणें सुचतें तरि सरितेला ।
हंसणें जाणे। चल पुरे तुझें रडगाणें ।।५।।

मुरलीमध्यें वारा धरिला ।
मृदु मंजुस्वर काढुं लागला ।
करागृहिं आनंदीं रमला ।
उगिच कां रडणें। चल पुरे तुझें रडगाणें ।।६।।

ऐकुनि अरुणाची ललकारी ।
फिकट दिसे चंद्राची स्वारी ।
तेज चढे परि परलोकांतरि ।
साक्ष ही घेणें। चल पुरे तुझें रडगाणें ।।७।।

नकळत कमळीं अलि सांपडला ।
मित्र दूर देशीं तर गेला ।
गुंजारव नच पळभर खळला ।
गाणें जाणें। चल पुरे तुझें रडगाणें ।।८।।

यःकश्चित् नांगरे मराठे ।
समशेरीचें धरूनी पातें ।
अल्म्गिराला झुलविती येथें ।
मनीं हें स्मरणें। चल पुरे तुझें रडगाणें ।।९।।

गाडी सोडुनि राज्य-शकटही ।
जिथें हांकला मग लवलाही ।
ती तेजस्वी तीच भूमि ही ।
मनीं हें घेणें। चल पुरे तुझें रडगाणें ।।१०।।

समुद्र दिधला दूर हांकुनी ।
सह्यगिरीचें मंदिर करूनी ।
कीर्तिपताका नेली गगनीं ।
तिथे हें रडणें। चल पुरे तुझें रडगाणें ।।११।।

धर्मासाठीं, देशासाठीं ।
दगडांचीही आटाआटी ।
दुर्ग दिमाखें देवां दाविति ।
तिथें हें रडणें। चल पुरे तुझें रडगाणें ।।१२।।

कुमार, अरविन्द, ऑक्टोबर १९२१, पृ.५८७-५८८

स्वप्न कां?

युवराजपदीं- छे; नाहीं ।
रघुनाथ वनाला जाई ।। 'स्वप्न ते' ।।
सिंहासन असुनी भालीं ।
घातले तृणासन खाली ।।'स्वप्न ते' ।।
शिरिं मुकुट जटेचा झाला ।
करि मंदिर पर्ण कुटीला ।। 'स्वप्न ते' ।।
गुंतुनी पित्याच्या वचनी ।
राज्यावर सोडी पाणी ।। 'स्वप्न ते' ।।
आज तें। स्वप्न वाटतें ।
नीज दाटते। जागृती गेली ।
जाहलें खरें अवकाळीं ।। 'स्वप्न ते' ।।१।।

अभिमन्यु बाळ वेल्हाळ ।
कर्णाचा झाला काळ ।। 'स्वप्न ते' ।।
जणु मेघमंडळीं चपला ।
व्यूहांत एकटा शिरला ।। 'स्वप्न ते' ।।
गिरिशिखरावरि जलधारा ।
वर्षाव शरांचा सारा।। जाहला ।।
करि धारातीर्थी शयन ।
वीरांचे वाहुनि वाण ।। 'स्वप्न ते' ।।
आज तें। स्वप्न वाटते ।
नीज दाटते। जागृती गेली ।
जाहलें खरें अवकाळी ।। 'स्वप्न ते' ।।२।।

मैदान रखरखे रुक्ष ।
धर्माचा वठला वृक्ष ।। पाहुनी ।।
यतिदंड घेतला हातीं ।
वृक्षाला पल्लव फुटती ।। 'स्वप्न ते' ।।
सांवली गर्द मग झाला ।
राहिल्या उभ्या फुलवेली ।। 'स्वप्न ते' ।।
मरणोन्मुख निजधर्माला ।

नवजन्म यतीने दिधला ॥ 'स्वप्न ते' ॥
आज ते। स्वप्न वाटते ।
नीज दाटते। जागृति गेली ।
जाहले 'खरे' अवकाळीं ॥ 'स्वप्न ते' ॥३॥

तळमळे पोरकें पोर ।
गंगेवर- सगळे दूर ॥ थोर ते ! ॥
अस्पृश्य! कशाला शिवणें ।
देवाला आहे जाणे॥ मानिलें ॥
एकनाथ धांवत गेला ।
बाळाला उचलायाला ॥ 'स्वप्न ते' ॥
भेदभाव सगळा जाळी ।
प्रेमाची पाखर घाली ॥ 'स्वप्न ते' ॥
आज तें। स्वप्न वाटते ।
नीज दाटते। जागृति गेली ।
जाहलें खरे अवकाळी ॥ 'स्वप्न ते' ॥४॥

बोधुनी दासबोधाने ।
देवाचें दिधले देणे ॥ 'स्वप्न ते' ॥
संसार सांडिला सगळा ।
जड जगता जगवायाला ॥ 'स्वप्न ते' ॥
फुंकिली राख जीवानें ।
चेतविला वन्हि मनानें ॥ 'स्वप्न ते' ॥
महाराष्ट्र पुरा मेलेला ।
रणरंगी अग्नी नेला ॥ 'स्वप्न ते' ॥
आज ते। स्वप्न वाटतें ।
नीज दाटते। जागृति गेली ।
जाहले खरें अवकाळी ॥ 'स्वप्न ते' ॥५॥

खिंडीतुनि वरती वाट ।
छातीचा केला कोट ॥ 'स्वप्न ते' ॥
शिर राखायाला हात ।
आडवा रंगला तेथ ॥ 'स्वप्न ते' ॥

कवचीवर बसल्या टोंचा ।
जाहला चूर म्यानाचा ।। 'स्वप्न ते' ।।
स्वामिनिष्ठ बाजी पडला ।
चढण्याला इंद्रपदाला ।। 'स्वप्न ते' ।।
आज ते। स्वप्न वाटते ।
नीज दाटते। जागृति गेली ।
जाहले खरें अवकाळी । 'स्वप्न ते' ।।६।।

विजयश्री सोडुनि गेली ।
पाहिला पराभव भालीं ।। भाउनें ।।
गर्दीत घालुनी घोडा ।
जयमाळेमागें वेडा ।। जाहला ।।
हातावर शिर नाचवितां ।
रंगला मराठा पुरता ।। 'स्वप्न ते' ।।
लोपला सागरी सूर्य ।
दिपवुनी जगाला जाय ।। 'स्वप्न ते' ।।
आज तें। स्वप्न वाटतें ।
नीज दाटते। जागृति गेली ।
जाहलें खरें अवकाळी ।। स्वप्न ते' ।।७।।

काट्यांच्या राशी रचिल्या ।
वरि बाळ सुखानें निजला ।। 'स्वप्न ते' ।।
काळाचा फांस गळ्याला ।
गर्जला वीर वाणीला ।। 'स्वप्न ते' ।।
शृंखला खळखळे पायीं ।
परि लाथ सुखानें देई ।। 'स्वप्न ते' ।।
कोंडीली सप्त-पाताळी ।
अस्मान गांठिते बिजली ।। 'स्वप्न ते' ।।
आज ते। स्वप्न वाटते ।
नीज दाटते। जागृति गेली ।
जाहलें खरें अवकाळी ।। 'स्वप्न तें' ।।८।।

कांकणें घालुनीं हातीं ।
ही बाईल बोली वदती ।। 'स्वप्न तें' ।।
दे जन्म हिऱ्यांची खाण ।
मानिती मात्र पाषाण ।। 'स्वप्न तें' ।।
सिंहाचे छावे असुनी ।
कोल्ह्यांना नमणें गणुनी ।। 'स्वप्न तें' ।।
सागरातल्या लाटांनी ।
विहिरीतिल व्हावें पाणी ।। 'स्वप्न तें' ।।
आज तें। स्वप्न वाटते ।
नीज दाटते। जागृती गेली ।
जाहलें खरें अवकाळी ।। 'स्वप्न ते' ।।९।।

गुंगले सर्व निद्रेत ।
इतिहास म्हणुनि कां व्यर्थ ।। स्वप्न कां? ।।
या नव्या युगांतिल वीर ।
श्री गांधी आज समोर ।। स्वप्न कां? ।।
अर्पिले प्राण लीलेनें ।
मातेच्या पायी त्यानें ।। स्वप्न कां? ।।
दगडांचे सोडुनि चाळे ।
उघडुनी पाहणें डोळे ।। स्वप्न कां? ।।
सत्य ते। मना भासतें ।
मना वाटतें। कोठूनि उरती ।
नामर्दपणाच्या उक्ती ।। 'स्वप्न तें' ।।१०।।

कुमार, नवयुग, ऑक्टोबर - नोव्हेंबर १९२१, पृ.५९९- ६००

चंद्रशेखरांस

वाणी राणी कविराया कां वाया रुसतां तीवरती ।
रतिभर सरली नसुनि रति ।।
वसंत हंसतां, काव्यकोकिळा, मंजुल पंचम कसा मुका ।
असुनि सृष्टिचा सुखद सखा ।।
दुर्दिन दारुण दूर दुरावुन दिनमणि दैवानें दिधला ।
भूवर कां तूं चंडोला? ।।
सुकल्या चुकल्या कलिका पुसल्या, रस आशेचा रस सरला ।
अमर भ्रमर मुका बसला ।।
बरोबरीच्या बाळपणींच्या कधींच गेल्या गळुनि कळ्या ।
म्हणुनि मुकी कां काव्य-कला? ।।
सदा फुलावें, सदा हंसावें, गावे भावें हे ठावें ।
उदास जीवें कां व्हावें ।।
चमक चमक गे चंचल चपले, कारागृहिंच्या अंधारी ।
तुजविण आशा नच दुसरी ।।
महाराज मंगल मलयानिल, झुळुकेसाठीं उत्सुकला ।
पर्णभार पुरता सुकला ।।
चंद्रशेखरा, विनयविनवणी 'कुमार' वाणी करि बाळा ।
दूर सारणें घनमाळा ।।

कुमार, महाराष्ट्र-साहित्य, जानेवारी - फेब्रुवारी १९२२, पृ.९२

धिःकारी

वनात वाहे निर्मल निर्झर रिझवि न कोणाच्या हृदया ।
मंजुळ वाणी ती वायां ।।१।।

थवेच्या थवे करिति काजवे मार्गापासुनि दूर परि ।
पांथ रखडतो धवतिमिरीं ।।२।।

मुसळधार पर्जन्य सागरीं तहानलेलीं शेतें ही ।
तळमळती, पाणी नाहीं ।।३।।

धृवप्रदेशीं षण्मासाचा दिवस, दुज्या परि टोंकाला ।
षण्मासीं सूर्य न दिसला ।।४।।

मैदानामधिं नाचति वारे, खोल तळघरीं श्वासाला ।
जीव अभागी परि मुकला ।।५।।

तेज कशाचें, वैभव कसलें, दुःख दुज्याचें जें न हरी ।
'कुमार' त्याला धिःकारी ।।६।।

कुमार, अरविन्द, मार्च १९२२, पृ. १९३

'और लढेंगा!'

'हा काफर! और लढेंगा' ।
गर्जला सिंहनादानें ।।ध्रु।।
प्राणाची कदर करावी ।
शशकानें, नच सिंहानें ।।
म्लानता वरावी मरणीं ।
चंद्रानें, नच दिनमणिनें ।
ग्रीष्मांत सुकोनी जावें ।
सरितेनें, नच जलनिधिनें ।।
थैमान मांडतो वारा ।
उन्मूळति वृक्ष भरारा ।
परि पर्वत निश्चल सारा ।
मरणाची ग्लानि-मराठा ।
खड्गाचें गाई गाणें ! ।।१।।

जुलुमाची ज्वाला भडके ।
राष्ट्र दग्ध झालें सगळें ।।
शिवराय भगीरथ दुसरा ।
अगणित तप देवां दिसलें ।।
श्री स्वराज्यगंगा दिधली ।
प्राणांचे पल्लव फुटले ।।
भृंगावलि गुंगत झुलती ।
स्वच्छंद पांखरें रमती ।
संतप्त पांथ विश्रमती ।
गजराज चालुनी येतां ।
समरांत सलामी देणें ।।२।।

महाराष्ट्रयशाचा सूर्य ।
उदयगिरीवरती चढला ।।
निद्रेच्या म्यानामधुनी ।
मुक्तता मिळे खड्गाला ।।
दशदिशा उजळिल्या तेजें ।

आशेचा चाले चाळा ।।
परि हाय! काय हें भलतें ।
नभ सगळें काळें दिसतें ।
सोन्याची माती होते ।
रवि-किरण तुमुल रण करुनी ।
वरितात मरण शौर्यानें ।।३।।

शिंद्यांच्या कुलवेलीला ।
भूषवुनी निज जन्मानें ।
राष्ट्राच्या पूजेसाठीं ।
पाकळ्या काढुनी देणें ।
दत्ताजी वांचुनि दुसरा ।
मोहरा कोण हें जाणे ।।
जरि कंठीं आले प्राण ।
रिपुला तरि कंठ-स्नान ।
घेतलें सतीचें वाण ।
मग सुखें चितेवर निजणें ।
जगिं जगणें लाजिरवाणें ।।४।।

कोल्ह्याचा कपटी कावा ।
सिंहाला काय कळावा ।
रोहिला हलाहल हृदयीं ।
वरि दावी साध्या भावा ।।
जादूनें जणुं भुललेला ।
दत्ताजी फसुनी जावा ।।
जाळ्यांत गरुड सांपडला ।
धडपडे नभीं जायाला ।
मेघांत मिळाली चपला ।
फेंकते देह पाताळीं ।
वीराला मरणें लेणें ।।५।।

पाळिला अहि प्रेमानें ।
दंश करी दावा धरुनी ।।
विष भिनलें सगळ्या अंगीं ।
अंधारी आली नयनीं ।।
फूत्कार तयाचा कर्णी ।
चेतवी मनाचा वन्हि ।।
सांठले प्राण पायांत ।
हाणिली फड्यावर लाथ ।
मर्दाची मरणीं मात ।
दावावें निज-तेजातें ।
ऐरणीवरीच हिऱ्यानें ।।६।।

घायाळ होउनी पडला ।
समरांत वीर दत्ताजी ।।
ये जवळी नीच नजीब ।
विजयानें होउनि राजी ।।
'क्यौं शिंदे, और लढेंगा?' ।
कुत्सेनें बोले पाजी ।।
'दत्ताजी और लढेंगा ।
जर काफर, और बचेंगा' ।
विसरेल कसा रणरंगा ।
जो खरा पूत मायेचा ।
मरतांना त्यानें लढणें ।।७।।

लढतांना मरुनी जावें ।
मरतांनां लढत रहावें ।।
कंठाला कोरड पडली ।
खड्गाचे पाणी प्यावें ।।
थिजलेल्या नयनीं प्रेमें ।।
निज राष्ट्रालागीं घ्यावें ।।
हा बाणा शिवशाहीचा ।
हा पाया उत्कर्षाचा ।
हा हिमगिरि नवगंगेचा ।
संन्यासच सर्वस्वाचा ।
राष्ट्राच्या पायीं करणें ।।८।।

संक्रांत साजरी झाली ।
रवि जाउनि मकर-मुखांत ।।
देहाचे तिळतिळ तुकडे ।
घोळुनी वीर वाणींत ।।
जाहला सज्ज युद्धाला ।
राष्ट्राची ही संक्रांत ।।
ग्रहणांत तेज दिनमणिचें ।
भूकंपिं वीर्य शैलांचें ।
प्राणांतीं सत्व नरांचें ।
दावितें सत्यरूपातें ।
मानाचें मिळवुनि मरणें ।।९।।

धनु धरुनी दृढ हृदयाशी ।
सह्यगिरी करि संक्रांत ।।
यमुनेच्या तीरावरती ।
जगतास इषारा देत ।।
जाउंदे सर्वदा रमुनी ।
जग दुबळें तिळ-गूळांत ।।
चहुंकडुनि पेटलें रान ।
धैर्याला नुरलें स्थान ।
धर्माचा हात धरून ।
'हां काफर! और लढेंगा' ।
गर्जणें सिंहनादानें ।।१०।।

कुमार, नवयुग, एप्रिल - मे, १९२२, पृ.१७५ - १७६

धर्मभूमि

धर्मसूर्य अस्ताचलिं ने मोहमेघमाला ।
धर्मभूमि वनवासानें उदय पुन्हां त्याला ।।ध्रु.।।

काय बुद्धदेवा नव्हते उंच राजवाडे ।
काय रत्नमंचक होते रम्य त्यांत थोडे ।
द्रवुनि हृदय परदु:खानें सौख्य सर्व सोडे ।
'बोधिसत्व' वनवासानें लाभला जगाला ।।१।।

सिंहासन सोडुनि सिंहें सेविलें तृणाला ।
मंदिरी दरीच्या रमुनी तुच्छ इंद्र केला ।
निज रूधिरें निज भूमीचा ताप लया गेला ।
तो 'प्रताप' वनवासाने लाभला जगाला ।।२।।

'सावधान' शब्दें धर्मी सावधान झाला ।
कुबडीनें यवननृपाचा खड्ग भग्न केला ।
अर्धचंद्र टाकुनि छाटी वरित विजयमाळा ।
'रामदास' वनवासाने लाभला जगाला ।।३।।

जहांगीर पातशहाची-हात नसे लाथ ।
जहांगीर धर्मापायीं राजदंड घेत ।
मानिली सुंदरी माता-धर्म मूर्तिमंत ।
'छत्रपती' वनवासानें लाभला जगाला ।।४।।

कारागृह गृह निज केलें देश उद्धराया ।
मांडिला होम जीवाचा तिमिर दूर जाया ।
शृंखला गुंफिल्या पायीं शृंखला तुटाया ।
'तिलक बाल' वनवासानें लाभला जगाला ।।५।।

ही सुवर्णभूमी कसली धर्मभूमी थोर ।
पारतंत्र्य वैभव शीखरीं नरक मात्र घोर ।

अखिल विश्व गगनीं विलसे एक चंद्रकोर ।
स्वर्गमार्ग वनवासानें दावि जी जगाला ॥६॥

फिरूनि फुलें फुलवायाला झडे पर्णभार ।
बोटाची धार नदीची पुढें महापूर ।
बाल्य दुजें नाचे जेव्हां देह होय चूर ।
सत्य धर्म वनवासानें लाभतो जगाला ॥७॥

कुमार, अरविंद, मे १९२२, पृ. ३०५

शिव-निर्वाण

शिवराय-पाय अंतरले। महाराष्ट्र पोरकें झालें ।।ध्रु.।।

चुंबुनी गगन शृंगानीं। गिरिराज महीवर लोळे ।।
दाबुनी दिव्य दिव्याला। अस्ताचलिं दिनमणि खेळे ।।
निर्मुनी नव्या विश्वाला। नारायण सागरिं निजले ।।
स्वातंत्र्य-देवतामूर्ति। धर्माची मंगल कीर्ति ।।
सत्याची सात्विक भक्ति ।
शिवराय-पाय अंतरले। महाराष्ट्र पोरकें झालें ।।१।।

महाराष्ट्र-भूमिच्या भालीं। लावुनी तिलक भाग्याचा ।।
महाराष्ट्र-विजय-लक्ष्मीला। दावुनी दिवस भाग्याचा ।।
महाराष्ट्र-शारदा-कंठी। भावुनी भाव भाग्याचा ।।
स्वातंत्र्य-देवता-मूर्ति। शिवराय-पाय अंतरले ।।२।।

जिंकिला तोरणा ज्यांनीं। ते हात चितेवर पडले ।।
मातृभूमि-मंगलसूत्र। गुंफुनी, चितेवर पडले ।।
शृंखला गुलामगिरीच्या। तोडुनि, चितेवर पडले ।।
स्वातंत्र्य-देवता-मूर्ति। शिवराय-पाय अंतरले ।।३।।

स्वातंत्र्य सागरी हृदयीं। दिनरजनी होती भरती ।।
गर्जना ऐकुनि त्याची। अग्निशिखा गगनी पळती ।।
जलनिधिच्या जागीं दिसते। मेलेली मृत्कण-वसती ।।
स्वातंत्र्य-देवता-मूर्ति। शिवराय-पाय अंतरले ।।४।।

नयनांतिल पाणी कोठें। जाळी जें सगळ्या जगता ।।
गंभीर कुठें ती वाणी। जी अरिंनां वाटे माता ।।
त्या कुठें प्रेमजल-धारा। आणिती स्फुरण ज्या चित्ता ।।
स्वातंत्र्य-देवता-मूर्ति। शिवराय-पाय अंतरले ।।५।।

सरणारवर देवा मूर्ति। हृदयाच्या जी देव्हारी ।।
ठेवणें अग्नि तिजवरती। सारूनी फुलांते दूरी ।।

घटकेनें राख पहावी। तळमळुनी मन संसारी ॥
स्वातंत्र्य-देवता-मूर्ति। शिवराय-पाय अंतरले ॥६॥
महाराष्ट्र पोरकें कसलें? छत्रपती अमर असोनी ॥
दिनराज जरी मावळला। चंद्रानें उजळे रजनी ॥
कविराज मृत्युवश झाला। काव्यानें डोले अवनी ॥
स्वातंत्र्य-देवता-मूर्ति ।
शिवतेज अंतरीं खेळे। महाराष्ट्र पोरकें कसलें? ॥७॥

जरि सागर सुकुनी गेला। रत्नांचे न ढळे पाणी ॥
जरि पात्र परतलें, चाले। गंगेची पावन वाणी ॥
शिवराय-मूर्ति जरि गेली। नांदते स्फूर्तिमय राणी ॥
स्वातंत्र्य-देवता-मूर्ति ।
शिवतेज छत्र हें असलें। महाराष्ट्र पोरके कसलें? ॥८॥

शिवभस्म चितेचें भालीं। दुर्भाग्य दग्ध होणार ॥
शिवभस्म लावितां हृदयां। मग भुतें सर्व पळणार ॥
शिवराय मूर्ति आधार। जग लोटांगण घेणार ॥
स्वातंत्र्य-देवता-मूर्ति ।
शिवतेजें नाहुनि गेले। महाराष्ट्र पोरकें कसलें? ॥९॥

कुमार, प्रमोद, मे १९२२, पृ. २६५

पिकलें पान!

(धर्माचा वृक्ष सनातन असला तरी नव्या युगाच्या संक्रमण काळांत त्याची पिकलेली पानें गळून पडावयाचीच)

सुकुनीं गेलीं पिकलीं पानें ।
तरी तयांनां शिरीं वाहणें ।
भार मस्तकी व्यर्थ सोसणें ।
शोभा सगळी तशी नाशणें ।
कोणाला रुचणार? ॥१॥

जिवंत वृक्षा मृतवत् करिती ।
हिरव्या तरुणां क्षणीं सुकविती ।
देंठ तुटे तरी तरुच्यावरतीं ।
रहावयाला जीं धडपडती ।
कवणा तीं रुचणार? ॥२॥

नव्या फुलांनां झांकायाला ।
सुवास त्यांचा छपवायाला ।
स्वैर सहजता शोषायाला ।
टपली जी पानांची माला ।
कवणा तीं रुचणार? ॥३॥

अनुभवरेषा ज्यांच्या भाली ।
देवदयेनें अजुनि न आली ।
अशा कोवळ्या युवकामेळी ।
चिमणी कलिका हांसत बसली ।
ती मानस हरणार! ॥४॥

त्या युवकांची मंजुळ वाणी ।
तशी कळीची, ऐकुनी कर्णीं ।
धवल रसानें मन नाहवुनी ।
पावन व्हावें प्रेम ध्याउनी ।
हेंच मना रुचणार! ॥५॥

परी बोळकी सुरकुतलेली ।
पुटपुटती ती सळसळ बोली ।
मंजुळ वचनें त्यांत निमाली ।
घटपट खटपट भाली आली ।
कवणा तें रुचणार? ॥६॥

या जरठांची मौज पहाया ।
तटस्थ होता निसर्ग राया ।
निजवृत्ती परि जाणुनि वाया ।
लागे निजदंडा फिरवाया ।
तरवारीची धार ॥७॥

समाधि त्यानें देतां सोडुनि ।
पिकलीं पानें तरु-सिंहासनिं ।
गिरक्या खाती तीं डळमळुनी ।
श्राप वाहती बोटें मोडुनि ।
विफल जिभेचा वार ॥८॥

'धर्म बुडाला, धर्म बुडाला' ।
एकच हाहा:कार उडाला ।
'हिरवीं पानें वृक्षशिराला ।
वयोवृद्ध अम्हि परि मूळाला ।
अधर्म झाला घोर!' ॥९॥

'छंदी फंदी तरुणा हातीं ।
कळा मुग्ध ही पडली युवती ।
समाजवृक्षा! काय अधोगति! ।
अधर्म घेसी डोक्यावरती ।
कैसें तव होणार'? ॥१०॥

वृक्ष शिरावर धर्मासाठीं ।
थंडी पाउस अवगणुनी तीं ।
नि:स्वार्थी पानें जरि वसती ।
ऐके कोणि न त्यांची उक्ती ।
कलियुग हो शिरजोर! ॥११॥

श्वास टाकिला एक निसर्गे ।
झुळुक वायुची पानां लागे ।
भूमीलागीं येती वेगें ।
हिरव्या तरुणां बघती रागें ।
निष्फल जो होणार! ॥१२॥

मातीमध्यें मिळुनी गेली ।
वृक्षाला नव शोभा आली ।
उत्साहाची मूर्ति स्फुरली ।
पिकल्या पानां सर्व विसरलीं ।
स्मरण कुठुनि होणार? ॥१३॥

(केशवसुत) जी फुंकि तुतारी ।
जागी करि ती जनता सारी ।
पिकल्या पानां कोण न तारी ।
चिरनिद्रेला जागा भारी ।
देई म्हणुनि (कुमार) ॥१४॥

कुमार, नवयुग, जून - जुलै १९२२, पृ. ३५७

हृदयाचें रडगाणें

कोण दुजा आधार, दयाळा कोण जगी आधार? ध्रु.
सोडुनि गगनाचा गाभारा ।
स्वच्छंदे ये भूवरि तारा ।
पाषाणाचा प्रपंच सारा ।
नयनीं धारा, हृदयीं गारा, जीवित भासे भार ! ॥१॥
संसाराची सतार केली ।
सप्तसुरांची मिळणी झाली ।
तार छेडीता,-तुटली-रुसली ! ।
कवळुनि धरली, चिंब भिजविली, रडते तरी भेसूर ! ॥२॥
पुष्प शिरांवरि गर्वे हंसले ।
क्षणांत असतें प्रभुपदिं पडलें ।
पायदळी तें फूल मिळालें ।
धुळींत लोळे, मनीं तळमळें, हें जीवाचें सार ! ॥३॥
सायंकाळी लाट रंगली ।
तीरावरती नाचत फुटली ।
क्षणांत शोभा भंगुनि गेली ।
रडें त्रिकाळीं, हृदया जाळी-हा अश्रूंचा पूर ॥४॥
सुंदर नगरी शृंगाराने ।
सिहासन दिधले सन्मानें ।
अनर्थ केला भूकंपानें ।
स्मशान नगरी, पिशाचापरी, मन नाचे भेसूर ॥५॥
वैभव चमकुनि विलया गेलें ।
अंधाराचे लोट उसळले ।
किरण पाहतां शल्य जणुं सले ।
जीवन रोगी मत्सर भोगी, डोळ्यांवरतीं धूर ॥६॥
काय जाहलें कसें वदावें? ।
तडफड काहीं? कवणा ठावें !
घरांत घुबडें-नयनीं रावे ।
भ्रमत पहावें, पहात जावें, जातां हातीं चूर ॥७॥

कुमार, नवयुग ऑगस्ट १९२२, पृ. ४१२

गाणें कोणाचें?

(या गाण्यांतील गाणें बहिऱ्या जीवाला देखील ऐकूं येत असतें; असह्य जगन्मित्राची ओळख करून देण्याचें कारणच नाही!)

पडलों असतां सुखांत शयनीं ।
गाणें अस्फुट आलें कानीं ।।
निद्रा घालित होती जाल ।
तरि झालें मन मम बेताल ।।
असेल वारा वेणुमुखानें ।
गुंगत कांही मंजुळ गाणें ।।
चंद्रोदय नभिं होत असेल ।
भोळी कमलिनि सहज फसेल ।।
प्रभात मानुनि हंसता भोळी ।
स्वारी आंतिल होय मोकळी ।
त्या भ्रमराचें गीत असेल ।
कशास हृदया खेळसि खेळ ।।
बळें झांकुनी म्हणुनी डोळे ।
निद्रेला मी जवळी केलें ।।१।।

कुठली निद्रा-पार पळाली ।
गाण्यासंगे गगनिं उडाली ।।
तळमळ लागे हृदया लागीं ।
हुरहुर वागे आंतिल भागीं ।
कोणाचे हें असेल गाणें ।
कोण गातसे बापुडवाणें ।।
बापुडवाणें कशावरून ।
मना मिळाली कुठली खूण ।।
गोड सुरांहुनि अधिक न कानीं ।
कांही येई, कशा मग मनीं ।।
सैरावैरा येति कल्पना? ।
कान नीट त्या द्याया गाना ।।
शयनावरतीं उठुनी बसलों ।
गाण्यामध्यें गढुनी गेलों ।।२।।
शब्द न येई एकहि कानीं ।
अशा मुक्या त्या रमलों गानीं ।।
पक्ष्यांमधलें असेल गाणें ।
वनदेवीचें कीं गुणगुणणें ।।
अशी मनाला शंका आली ।
अपरात्रीं या असल्या वेळीं ।।
कशास कोणी गात बसेल? ।
दिव्यगान हें कैसें गाइल? ।।
भ्रमलों, रमलों गान सुरांत ।
कळे न दिन कीं आहे रात ।।
हृदयीं कढलों, नयनीं रडलों ।
वदनें कांहीतरि बडबडलों ।।
शयन सोडुनी दार उघडिलें ।
वाटे गाणें दूर चालले ।।३।।

पिवळ्या रंगी पूर्व नाहली ।
या डोळ्यांनी जरी पाहिली ।।
वरी घेउनी करीं आरती ।
जरी तारका स्वागत करिती ।।
पदर सरकतां सृष्टि सावरी ।
त्या वायूच्या हलती लहरी ।।
दूर गातसे ओढा गाणें ।
जीवाला परि शांति न आणें ।।
सर्व विसरलों, गानीं विरलो ।
हृदयाभंवती भरभर फिरलों ।।
सूरच केवळ कानीं पडती ।
हृदयाचे परि पडदे हलती ।।

वि. स. खांडेकरांची कविता । ८३

कुठें तरी हें असें ऐकिलें ।
गाणें, ऐसें हृदया पटलें ।।४।।

गेलें वय मी वळुनि पाहिलें ।
अंधुक सारें तें परि दिसलें ।।
अंधुकता परि विरवी गाणें ।
जिणें वाटलें लाजिरवाणें ।
प्रकाश पडला माझ्या हृदयीं ।
कोण कुठें हें गाणें गाई ।।
प्रीति भंगली-तीच रंगली ।
अभंग गाणें गात बैसली ।।
ज्या प्रीतीनें मना सुखविलें ।
ज्या प्रीतीनें मना हंसविलें ।
ज्या प्रीतीनें मना भ्रमविलें ।
ज्या प्रीतीनें मना रमविलें ।।
अर्ध्यावरती भंगुनि गेली ।
तीच प्रीति ही गात राहिली ।।५।।

कुमार, नवयुग, सप्टेंबर - ऑक्टोबर, १९२२, पृ.४९१

धावा

धांव गे आई। हृदय रडे धाई धाई ।।ध्रु.।।

तुफान दर्या अंत:करणीं ।
अंगाई मग कुठुनी कर्णी ।
आशाभंग तरंगति नयनीं ।
स्नेहमय हृदयीं। पोरकें पोर हें घेई ।।१।।

वावटळीवर जीव भिरभिरे ।
तृण-पर्णांचे घेऊनि भारे ।
भ्रमुनी मिळती धुळींत सारे ।
स्नेहमय हृदयीं। ओढुनी पांखरा घेई ।।२।।

पुन: पुन्हां ज्वालामुखि भडके ।
तप्तहृदयरस ढाळित दु:खें ।
स्फुंदत रडती मनोरथ मुके ।
प्रेममय पायीं। गंगेत बाळ हें नेई ।।३।।

कळी दिलेली-म्लान आणिली ।
सुरेल मुरली कर्कश केली ।
माणिकमोतीं-माती झाली ।
प्रेममय पायीं। निजरूप दयाळे देई ।।४।।

कुमार, नवयुग, नोव्हेंबर - डिसेंबर १९२२, पृ. ५०२

वृंदावन

सोन्याची नगरी स्मरे न पुरती कोणाप्रती द्वारका ।
लीलेनें गिरि अंगुलीवरि धरी, मातींत गेला परी ॥
केली पादरजें दुभंग यमुना - वाहे विवाहोत्सुका ।
ऐकूं ये मुरली न, गौळण कुणी वेडी न हो अंतरीं ॥

नाहीं आणित कोणि आज मनिं कीं नेला लया कालिया ।
प्रेमें रुक्मिणि-पत्रिका परिसली, झाली पुराणी कथा ॥
गीता बोध करी धनुर्धर धरी कर्तव्यधैर्या जया ।
ज्ञानावांचून फोल सर्व-मुकलीं लाखों मनें त्या पथा ॥

काळाचा पडदा चरित्र करितो अस्पष्ट नेत्रां जरी ।
वृंदा प्रेमबळें स्मशान धरिलें - ज्वाळा दिसे दिव्य ती ॥
द्वारी जे तुळशी धरी, बहुपरी पावित्र्य दावी वरी ।
तें वृंदावन पाहतां हरिकथा चित्तापुढें नाचती ॥
वाऱ्यानें विझतील दीप, चपला जाईल कां लोपुनी ।
या वृंदावन-मंजिरीहि लिहिती-''प्रीती चिरंजीविनी'' ॥

कुमार, नवयुग, नोव्हेंबर - डिसेंबर १९२२, पृ. ५२१

रांगण्याकडे दे कान!

डोळ्यांत दाटले प्राण,
रांगण्याकडे परि कान ॥ध्रु०॥

उदयाचलिं सह्याद्रीच्या । शिवराया बालरवि आला
नवल काय मग यवनांचा । अर्धचंद्र लोपुनि गेला
विक्राळ भुतांच्या टोळ्या । निमिषांत नाहिंशा झाल्या
घूत्कार भीतिनें दडला,
मग अधर्म- अंधाराला
तेजाच्या ग्रासिति ज्वाला
उद्‌भवले सूर्यग्रहण । व्याकुळ करि पंचप्राण ॥१॥

समशेर धरुनियां हातीं । राज्यश्री धरिली वरिली
रयतेच्या दुर्बळ रुधिरें । मदिरेचीं पात्रें भरलीं
जुलमानें गांजुनि जनता । अस्थींवर तख्तें रचिली
दीनांचा दिसता वाली
साम्राज्यें ही डळमळलीं,
मेघांनीं दाटी केली,
उद्‌भवले सूर्यग्रहण । संशयांत पडले प्राण ॥२॥

गाफील शत्रुला करुनी । शिवराय पन्हाळा सोडी
मेघांच्या वेढ्यामधुनी । बिजली निजमार्गा काढी
गगनाला डोंगर भिडले । खळखळतां निर्झर फोडी !
तरवार कोंडिली म्यानीं,
निसटुनी दाविते पाणी,
हृदयांत मुग्ध जी वाणी,
तेजस्वी रूप धरून । नाचविते पंचप्राण ! ॥३॥

खिंडींत मावळे सज्ज । शत्रुसैन्य रोखुनि धरिती
आपटती लाटांवरती । तीराची निश्चल वसती
मुसळधार धारा पडती । पर्वत नचकंपित होती
शिवराय हृदय राष्ट्राचें,

काळपाश जवळी नाचे,
कंठांत प्राण बाजीचे;
छातीचा कोट करून । सोडविण्या सूर्यग्रहण ।।४।।

जाळ्यांतुनि सुटला सिंह । गर्जना कापवी ज्याची,
जो गुहेत नाहीं शिरला । तो आशा अल्प यशाची,
जबड्यांतुनि माणिक सुटतां । ओठाशीं झुंज तयाची
रांगणा राहिला दूर,
सैन्याचा पाठीं पूर,
दारावर आली घार,
बाजीनें मात करून । राखियले पंचप्राण ।।५।।

चालत्या बोलत्या ढाली । खिंडीत तळपती तेजें
तरवार तीक्ष्ण गनिमाची । संग्राम कराया लाजे
हल्ल्यावर चढले हल्ले । रणसिंह मराठा साजे
करिं देशभक्तिचा भाला,
समरांगण साधा काला,
प्राणांची भीति कुणाला?
देणें तें ओवाळून । सोडवितां सूर्यग्रहण ।।६।।

उघडुनी आपुले डोळे । रवि दिव्य पराक्रम पाही
लागतां झुळुक पवनाची । पणाची सेना जाई
जरि देह झुंजतां पडला । आडवें प्रेत तरि राही
हें चित्र खऱ्या स्फूर्तीचें ।
हें काव्य अमर विश्वाचें ।
हें दिव्य राष्ट्रभक्तीचें ।
उधळुनी आपुले प्राण । सोडविणे सूर्यग्रहण ।।७।।

लागली जिव्हारी गोळी । रक्ताची अर्घ्यें दिधलीं
'हरहर!' या रणमंत्रानें । समरभूमि गर्जुनि गेलीं
प्राणांचे द्याया दान । नयनांत आसवें आलीं
गांठितां गुहा सिंहानें,
गर्जणें मुक्त कंठानें,

इतरांस इशारत देणें,
ऐकली न तोफ अजून । घुटमळती म्हणुनी प्राण ॥८॥

धडकली धडाडा खूण । वर्णीत शौर्य राष्ट्राचें
बाजीच्या थिजल्या नयनीं । शिवमूर्ति सुखानें नाचे
आनंदे जाती प्राण । फेडुनियां ऋण देहाचें
स्वातंत्र्य-गीत ओष्ठांत !
स्वातंत्र्य-गीत नेत्रांत !
स्वातंत्र्य-गीत हृदयांत !
गीतानें दुमदुमवून । जग सगळें गेलें प्राण ॥९॥

इतिहास धर्मराज्याचा । ह्या सुवर्णाक्षरीं लिहिला.
इतिहास न शिवशाहीचा । हा देवपणाचा पहिला.
इतिहास न हा स्वार्थाचा । परिकाळ पराजित केला.
देवालयिं फूल सुकावें,
जल तृषार्त-वदनिं पडावें,
देशाच्या पायिं मरावें,
महाराष्ट्रा! हे तव ध्यान । रांगण्याकडे दे कान ॥१०॥

कुमार, मनोरंजन, फेब्रुवारी १९२३, पृ. १२२

पोपटपंची

पोपटपंची। अजुनि किती घोकायाची ।।ध्रु०।।

सुवर्णपंजरिं जग सांठविलें ।
'विठ्ठल विठ्ठल' वाणी बोले ।
दग्ध हृदय परि आंत तळमळे ।
धार अश्रूंची । ही संतत चालायाची ।।१।।

गोड फळांनीं भरलीं रानें ।
सागर पसरे- स्वैर विहरणें
स्वप्नांतिल हीं झालीं स्वप्नें ।
धार अश्रूंची । ही संतत चालायाची ।।२।।

चारी भिंती दिशा जाहल्या ।
सूर्यमिषानें दीप टांगला ।
ज्योत जाळिते खिंन्न मनाला;
धार अश्रूंची । ही संतत चालायाची ।।३।।

वनलक्ष्मी स्मरतां मन झरतें ।
संध्यारंगीं रंगत फिरते ।
माथेचें अवडंबर विरते ।
धार अश्रूंची । ही संतत चालायाची ।।४।।

ध्यान लागले परात्पराचें ।
राज्यश्री जरि पुढतीं नाचे ।
नाहीं पलमात्र चळावयाचें ।
धार अश्रूंची । ही संतत चालायची ।।५।।

पोपटपंचीचा कंटाळा
लाथ मारिली सुखभोगाला ।
स्वातंत्र्यास्तव वारा प्याला ।
धन्य भक्तीची । धन्य त्या दिव्य जीवाची ।।६।।

अश्रूंनीं अभिषेक करावा ।
तुटे आंतडे- हार वहावा ।
नैवेद्याचें पद मग जीवा ।
पोपटपंची ! तेव्हां ही थांबायाची ।।७।।

कुमार, लोकमान्य फाल्गुन राजशक २४९ (फेब्रुवारी १९२३), पृ.४८१

स्वातंत्र्य लहरी

गळ्यांत घालुनि गळा खेळती !
लहरी, उधळित माणिकमोतीं ।।
संध्या रंगे सांज सकाळी ।
अल्लड बाळा दिसे दिवाळी ।।
रंगुंनि जाती दंग होउनी ।
खेळामध्ये बहिणी बहिणी ।।
एक जलांतरिं हळूच लपतां ।
दुसरी भ्रमते-येइ न हाता ।।
शोधशोधुनी रडकुंडीला ।
येउनि लोळण घेई बाला ।।
खदखद हांसत पहिली पुढती ।
नाचत राहे, गळ्यांत पडती ।।
एक जिव्हाळा-लपंडाव परि ।
प्रीतीला दे दिव्य माधुरी ।।१।।

जलबिंदूंचे सागरगोटे ।
डाव चालला कोठें थाटें ।।
पोरी कोठे अचपळ भारी ।
सांडुनि साधी गंमत भारी ।।
पाठशिवणिने मन रंजविति ।
शिवतां दोघी एकच होती ।।
भर फुगडीला भरतां पुरता ।
द्वैताचा लवलेश न उरता ।।
वर्तुल आकृति सुंदर उठती ।
त्या झिम्म्यानें तरंग रंगति ।।
भातुकलीनें तीरावरती ।
लहान लाटा किती खेळती ।।
तुषाराक्षता उधळित हाती ।
मंगलाष्टकें मंजुळ गाती ।।२।।

या तीरांहुंनि त्या तिरावर ।
अपाट पसरे प्रेमळ सागर ।।
स्वच्छंदानें, स्वतंत्रतेनें ।
सूर मनाचे भरूनी गाणें ।।
ताना छेडितं गात रहावें ।
पदराखाली झोंपी जावें ।।
प्रचंड नौका कंदुक करूनी ।
सहज उडवुनि द्याव्या गगनीं ।।
बुद्धिबळाचा गर्व दाटला ।
मनुज विसरला परमेशाला ।।
नौका नेउनि सागरांतरीं ।
जागा दावणें कुठें श्रीहरी ।।
हे लहरींचें जीवित होते ।
स्वातंत्र्यच की मूर्तिमंत तें ।।३।।

सहवासानें रविकिरणांच्या ।
स्वभाव सुटला जललहरींचा ।।
''आकाशांतिल चंद्र धराया ।
प्रयत्न केले कितिक वाया ।।
जन्मभूमिला मिठी मारूनी ।
काय साधिलें जगती कोणी ।।''
विचार असले कुठार झाले ।
मातृभक्तिचे मूल भंगलें ।।
''प्रकाश देतो चंद्रा आम्ही ।
विश्वाचे या अवघ्या स्वामी ।।''
रविकिरणांचे बोल ऐकुनि ।
रथात चढल्या बाळा भुलुनी ।।
बाष्पें आलीं पुसुनि टाकली ।
ज्योति भक्तिची विझवि काजळी ।।४।।

गगनीं गेल्या मेघमंदिरीं ।
दिपल्या पाहुनि शोभा सारी ।।
मंदिर भासे नव रत्नांचें ।
जेव्हां संध्या हांसत नाचे ।।
भूषवि इंद्रधनु द्वाराला ।
दीप लाविते चंचल चपला ।
कल्पलतेच्या शेज फुलांची ।।
करी विंझणा लहर वायुची ।।
अमृताचा मधु सागर पसरे ।
हालाहल परि आंत संचरे ।।
मंदिर कसलें? कारागृह तें ।
कैद्यावांचुनि अन्य न नातें ।।
तिथेंच फिरणें-तिथेच रमणें ।
भलतें सलतें गावें गाणें ।।५।।

मातेच्या लाभे जें अंकी ।
ते सुख नाही नृप-पर्यंकी ।।
फुले हांसती मधुर लतेवर ।
परि कोमेजति प्रभुपदिं सत्वर ।।
भाव हृदयिं खेळे, मन डोले ।
शब्दरूप घे तेज निमाले ।।
गंगा मंजुळ हिमालयावर ।
मुखी गर्जना भासे गेगुर ।।
मधुर मधुर जल गंगोत्रीला ।
क्षारपणा ये पुढती त्याला ।।
सागरवक्षी शोभे लहरी ।
सुकुनी जाले किनाऱ्यावरी ।।
जन्मभूमिचा मिळे जिव्हाळा ।
तृणपर्णांच्याही हृदयाला ।।६।।

लोभानें परतंत्र जाहले ।
जलबिंदू लहरींतिल सगळे ।।
मोह सुखाचा-ऐश्वर्याचा ।।
बांधववरी मिरवायाचा ।
नटवायाचा निज देहाला ।
पदी शृंखला पडतां, तुटला ।।
चंद्र कोठला? मेघ न गगनी ! ।
सागर कुठला? खालीं अवनी ! ।।
त्रिशंकु होउनि वातावरणी ।
भ्रमिष्ट लहारी तळमळती मनिं ।।
"स्वर्ग नरक निजभूमीपुढती ! ।
जन्मभूमिसेवा ही शांती ।।
अध:पात हा-गगनी चढलों ! ।
उन्नतिशिखरीं जर कोसळलो" ।।७।।

स्वातंत्र्याचा ध्यास लागला ।
वैभव दे स्थल वैराग्याला ।।
ज्योत भडकली दिव्यभक्तिची ।
काय कथा मग स्वार्थतृणाची ।।
रसरसलेल्या अंत:करणा ।
-जोहराचा ज्याचा बाणा- ।।
फत्तर फुटुनी वाट लाभते ।
ज्वालामुखिचें चरित सांगतें ।।
उदार होतां प्राणांवरती ।
परमेशाची प्रगटे मूर्ति ।।
अपूर्ण त्यांची तपस्या परी ।
खाली बघुनी वृत्ति बावरी ।।
अफाट पसरे अंतराल तें ।
शेवट नाही दृष्टी फाटे ।।८।।

सागर दिसतां हृदय थरथरें ।
स्वातंत्र्याचें स्वप्न भिरभिरे ।।
जागें होउनि काय पहावें ।
लाजिरवाणें जिणें वहावें ।।
हृदयावरती जुलमी सत्ता ।
माथां निर्दय बसती लाथां ।।

वायुदेवता लहरी जहरी ।
करूनि खेळणें स्वाभिमान हरि ।।
सांजसकाळी रविकिरणांनी ।
रक्ताच्या चिळकांड्या उडवुनि ।।
पदोपदी अपमान करावा ।
स्त्रीच्या वस्त्री हात वहावा ।।
पोटावरती सरपटतानां ।
सर्पदंश दे मना यातना ।।९।।

काळवंडली मुख तयांची ।
प्राणांतिक परवशता जाची ।।
जळीं स्थळीं काष्ठीं पाषाणीं ।
घुमूं लागली स्वतंत्र वाणी ।
देशभक्तिची प्रभा फांकली ।
गतपापें मग सकळ उजळली ।।
आत्मज्योती चमके बिजली ।
जयघोषें पृथ्वी दुमदुमली ।।
हांसत नाचत उडी घातली ।
दाहकता जगतांतिल मेली ।।
हिरवे अंकुर दुथडी सरिता ।
नि:स्वार्थाचा गाती गाथा ।।
सर्वस्व स्वातंत्र्यापायीं ।
स्वातंत्र्यच मग त्याच्या पायीं ।।

कुमार, नवयुग, फेब्रुवारी - मार्च १९२३, पृ.१०९-११०

मनुष्य अथवा उलटी सृष्टी

तारा उज्ज्वल या अनंत गगनी अंधार नाशावया ।
देहे भिन्नविभिन्न, ध्येय करितें एकत्र तेजास या ।।
पुष्पांनी बहरे लता, विलसतें सौंदर्य सारें तिथें ।
नाहीं भिन्न सुगंध, भाव अवघा एक्या प्रवाहें उठें ।।१।।

प्रेमे निर्झरिणी अनेक मिळती, होते नदी एक ती ।
जीवां जीवन लाभतें, न खळते त्यांची कधी संसृती ।।
मातीचे कण क्षुद्र एक करितां चुंबी नभाला असा ।
शोभे पर्वत भव्य, भावबळ कीं दासीपदीं ही रसा ।।२।।

सारे सृष्ट पदार्थ सूर धरिती या विश्वगीतांतरीं ।
ज्ञानी मानव मोहकर्कशरवें नाशी खरी माधुरी ।।
बुद्धीचे बळ हेंच-कृष्ण करणें संसार-चित्राप्रती ।
लाटा आपटुनी सदैव फुटती त्यांची करावी कृती ।।३।।

दीपें दीप न लागतो-विझतसे!, जाळी लतेला लता ।
चंद्रग्रास करी रवीच-उलटी सृष्टी दिसे तत्वतां ।।

कुमार, नवयुग, एप्रिल - मे १९२३, पृ. १३८

खिन्न बालकास

सायंसमयीं अस्त नेमिला ।
मेघ झांकिती जरि मार्गाला ।
निस्तेज न कधिं सूर्य जाहला ।
कां मग तूं बाळा? ।।१।।

चंद्राचें मुख दिसे न तिमिरीं ।
सुकती ओढे जीव आंत जरि ।
नाचत राहति तरि नव लहरी ।
सागरिं, धैर्य धरी ।।२।।

वावटळीवर कलिका चिमणी ।
भिरभिर फिरते अनंत गगनीं ।
सुगंध राहे परि कां लपुनी ।
बाळा, आण मनीं ।।३।।

लता खेळवी दंव बाळाला ।
काळपाश किरणांचा आला ।
चमक चढे कोमल चित्ताला ।
रडसी कां बाळा? ।।४।।

विहीर पडकी भयाण भासे ।
नवल कमळ जलिं मलीन हांसे ।
अंधारातच पहा प्रकाशे ।
तारा उल्हासें ।।५।।

खड्‌ग दडवुनी दुबळ्या म्यानीं ।
हरूं पाहती स्वतंत्र पाणी ।
समरांगणिं परि अघटित करणी ।
विजयश्री आणी ।।६।।

तारुण्याचें रक्त उसळते ।
अरुणाचें साम्राज्य पसरितें ।
वदनीं रजनी अजुनि तिष्ठते ।
उचित न तुजला तें ।।७।।

कुमार, महाराष्ट्र-साहित्य मे १९२३, पृ. ३७२

‘सूर्य’किरण

थू: तोंडावर थू: तुमच्या... भ्याड भागुबाई !
बाप मरुनि पडला, पळतां-षंढ! लाज नाहीं ! ।।ध्रु।।

महाराष्ट्र हा मर्दाचा, साक्ष मूर्तिमंत ।
रक्ताचे देहामधुनी पाट उभे देत ।
शेंकडों मुखीं जखमांच्या गर्जतसे प्रेत ।
ओलांडुनि ‘तान्हा’ पळतां, काय लागिन घाई? ।।१।।

गड जिंकायाला आलां पळपुटे कशाला?
जाळा हीं काळीं तोंडें, मळवितीं यशाला ।
बांगड्या भराव्या हातीं-खड्‌गभार झाला ।
काय गरुड घुबडामधुनी भिऊनि पळुनि जाई? ।।२।।

आपटते खडकावरती एकटी च लाट ।
वाघिणीस उलटुनी तुटणें एवढीच वाट ।
बिजलीनें राख करावें, रान जरी दाट ।
पुरुषाहुनि पुरुष! नसे परि शौर्य बायकीही ! ।।३।।

वांझ बऱ्या माता होत्या, शिणविल्या कशाला?
काय धर्म दुसरा नव्हता? व्यर्थ आर्य झालां ।
काय मराठ्याविण नव्हती जात जगायाला?
खड्‌ग असुनि कापुनि घ्यावें-कार्य हेंच राही ! ।।४।।

काळपाश कंठीं किंवा विजयश्रीमाळा ।
मार्ग अन्य वीरा नेई घोर रौरवाला ।
सुकातीनें सागर जगतीं काय सुकुनि गेला ।
अवसेच्या अंधारें कां सूर्य परत जाई? ।।५।।

शिवरायाच्या पायांनों, तुम्हां समर तीर्थ ।
शिवरायाच्या हातांनो, खड्‌ग धर्ममूर्त
शिवरायाच्या प्राणानों, तुम्हां ब्रीद कीर्त ।
रणरंगी संगम यांचा करूनि वीर जाई ।।६।।

कुमार, लोकमान्य, आषाढ - श्रावण राजशक २४९
(जुलै - ऑगस्ट १९२३), पृ. १८९

स्वर्ग-मार्ग

प्रखर उन्हाळा तळीं आटलीं सुकल्या विहिरी किती ।
भरती लाजवि गंगेची परि वर्षाकाळाप्रती ॥१॥

स्फटिक भंगले निर्झरांतले, रखरखते वालुका ।
समुद्रजल लवणातें देतें प्रसन्न करुनी मुखा ॥२॥

रक्तध्वज अरुणाचा दिसतां इतर तारका क्षणीं ।
कोमेजति, परि तळपे तेजे शुक्राची चांदणी ॥३॥

दुर्दिन येतां मित्र आवरी उदार आपुल्या करा ।
गरीब धरणी अस्फुट दावी प्रीतीच्या अंकुरा ॥४॥

घो घो वाहत वेताळापरि वारा नाचत बसे ।
प्राण पटापट दीप टाकिती, चपला चमके, हंसे ! ॥५॥

कल्पांताच्या आकांताने स्फुंदे अमरावती ।
वटपत्रावरि बालरूप हरि अंगुष्ठा चोखिती ॥६॥

संकटी उजळे सत्य, आत्म्याचे तेज फांकते ।
संसारी रडव्या जीवा तत्व हे स्वर्ग दावितें ॥७॥

कुमार, प्रमोद, श्रावण शके १८४५ (ऑगस्ट १९२३), पृ. २१६

गणेशचतुर्थी

(सुनीत)

मोत्यांचे शिरपेंच खोवुनि शिरीं शेतें उभीं स्वागता ।
आकाशीं छत गुंफिलें रविकरीं पर्जन्य-धारासवें ।
साऱ्या या गिरिजा नद्या थबकल्या वेगें पुढें धांवतां ।
वर्षारूप गजासुरास वधिलें भासे गणेशोत्सवें ।।१।।

तोफांचा भडिमार बालक करी-लावी फटाके सदा ।
माता सुग्रण गुंगते निशिदिनीं पक्वान्न राशींमधे ।
राजे खेळवितो पिता निजकरीं-कोणी ह्मणो कागदा ! ।
रंगी दंग कुटुंब! दृश्य परि हें माते न आनंद दे ! ।।२।।

शास्त्रीं यंत्रकलांत आज सगळे पाश्चात्य पारंगत ।
बुद्धीचा प्रभु हा गणेश पुजुनी पाण्यांत आम्हीं उभे ।
मातीचा उरला इथे गणपती, ने ऋद्धिसिद्धि प्रत ।
त्यांचा उद्यम-जो भगीरथ असे जिंकी सुरांचे सुभे ।।३।।

ध्याना सांडुनि भांग झोंकित कुणी साधुत्व कां पावला?
देहाचा बडिवार मांडुनि कुणा आत्मा कधी लाधला?

कुमार, प्रमोद, भाद्रपद शके १८४५ (सप्टेंबर १९२३), पृ. २४५

बाळावांचून

पर्णांनी गजबजली वेली ।
दंवबिंदूंची शोभे जाळी ।
खेळ फुलांचा नाहीं भाळीं ।
खिन्नपणा जाळी ।।१।।

नवमेघांच्या नटुनी वसनीं ।
गगनमंदिरीं विहरे रजनी ।
चमके एकहि गृहिं न चांदणी ।
म्हणुनी खिन्न मनीं ।।२।।

रविकिरणांचे किरीट करुनी ।
गगन चुंबिती गिरि शिखरांनीं ।
अंकिं न नाचे जरि निर्झरिणी ।
रुक्षपणा सदनीं ।।३।।

जननयनांला जलधि मनोहर ।
कारण लाटा खेळवि तनुवर ।
वातावरणा करिते सुंदर ।
वायूची लहर ।।४।।

कांट्यांवांचुनि गुलाब फुलला ।
नक्रांविण रत्नाकर दिसला ।
दिव्यभक्तिचा लाभे प्याला ।
तवरूपें बाळा ।।५।।

बोल बोबडे तत्त्वज्ञान ।
सहज हास्य काव्याची खाण ।
नुरवी प्रेमळ चुंबनदान ।
स्वर्गाची वाण ।।६।।

कुमार, सुमन, सप्टेंबर १९२३, पृ. २५८ - २५९

सुधा बिंदु

हा सूर्याचा अस्त सुचवितो
उदय रसातल देशी ।
या तीरावर जरी ओहटी,
भरती त्या तीराशी ।।१।।

घेइ काढुनी पदर येथुनी
प्रेमळ वृक्षच्छाया ।
रखरखलेल्या त्या बाजूची
झाकायाला काया ।।२।।

चपलाखड्गे, ईश्वर करितो
छिन्नभिन्न गगनाला ।
झडुनी गेली धरणी-
लतिका पुनरपि फुलवायाला ।।३।।

ग्रीष्म वाहवी हिमगिरिमधुनी
जडदेहाच्या धारा ।
जलदानाने जगवायाला
गंगा जगदोद्धारा ।।४।।

रमो पौर्णिमा चंद्रासंगे
गमो जगाला देवी ।
सेवि अमावस्या तम म्हणुनी,
पन्ना सुतवध जेवी ।।५।।

समुद्रमंथन करुनि शिव
घे हालाहल निजभाला ।
रमा माधवा, सुधा बांधवां,
सुखमय लाभायाला ।।६।।

अपुल्या भाला संसाराचा
विषमय आला प्याला ।
अमृत दुज्याला या आनंदे
सहज पाहिजे प्याला ।।७।।

कुमार, प्रमोद, आश्विन शके १८४५ (ऑक्टोबर १९२३)

वि. स. खांडेकरांची कविता । १०१

बाल-भूपाळी

लाडक्या पाडसा उघड उघड रे डोळे ।
किति वेळ जाईला खेळगडी हे जमले ।।ध्रु.।।

दारांत, रात्रभर मांडीवरि मातेच्या ।
निजलेली कलिका नाच करी जीवाचा ।
ही फुलली कसली-ओंठ उघडुनी बसली ।
मग तुझीच बाई, आज कळीं कां मिटली? ।
दंवबिंदुमिषानें दुग्धपानही झालें ।
तो ओघळ पाहीं, उघड उघड रे डोळे ।।१।।

हे खिडकीमध्यें फूलपांखरूं खेळे ।
हलवुनी चिमुकले पंख तुजसवें बोले ।।
गट्टी न कालची विसरे गोजिरवाणें ।
बागेंत तुझ्याविण न रूचे त्याला भ्रमणें ।।
ती नको तुझ्याविण फुलाफुलांची फुगडी ।
फू-गडी फुलांची, गडी न डोळे उघडी ।।२।।

पक्ष्यांचा गवई राघू बग हा बाळा ।
जो उंचउंचशा वृक्षमंदिरीं निजला ।
परि दिशा हांसतां हांसत नाचत खालीं ।
येउनी आळवी गोडपणें वनमाळी ।।
पांखरा तुझ्याविण अंगण ओकें भासे ।
ही चोंच प्रीतिची तुला बोलवी हांसे ।।३।।

अपरात्रीं नेल्या गृहिं उच्छृंखळ बाळा ।
त्या लाटा आल्या - पहा पहा या खेळा ।।
या एकीमागुनि एक धांवती - भरती ।
नाचरी लहर तव अजुनि न ये कां वरती?
राहिली दूर किति वेळा रे वेल्हाळा ।
तुजसाठीं केवळ लाटा नाचत आल्या ।।४।।

चांदणे फुलांची शेज सजवुनि गेलें ।
ही उषा हांसरी रांगत गगनी खेळे ।।
पाळणा ढगांचा, शुक्र चांदवा वरती ।
सांडुनी उतरली गुलाल उधळी बघ ती ।।
तुज खेळायाला भाऊ घेऊनि येई ।
कां अजुनि झोप ही कर लडिवाळा घाई ।।५।।

वासरें नाचरीं आनंदें बागडतीं ।
कशि पान्हा पिउनी प्रेमसमुद्रीं रमती ।।
वांसरा, ऊठ तर कुरण कोवळें बघ तें ।
कां कमळ-उगवला सूर्य तरी-हे मिटतें ।
हे खेळगडी घे ऊठ लाडक्या ऊठ ।
अनुभवी 'बाळपण नव लाखाची मूठ' ।।६।।

कुमार, सुमन, नोव्हेंबर १९२३, पृ. ३२६ - ३२७

वंदन

निजकार्या पूर्ण कराया बुद्ध अवतरे हा ।
मेघ शांतवाया वळला हिंदभूमिदाहा ।।धृ.।।

चंड सत्यकोंदंडानें दंडि खल उदंड ।
अशनपानवसनांमधलें मोडुनियां बंड ।
स्वावलंबनाची गंगा वाहवी उदंड ।
तुंग गिरिहि चळती ढळती पाहुनि प्रवाहा ।।१।।

चंडोलापरि करिं चरका गात फिरत राही ।
धवलसूत्रसंगीतानें विश्व भरूनि जाई ।
सत्वशील हा समशेर, होऊंया शिपाई ।
मातृभूमिपायीं वाहू धनगेहदेहा ।।२।।

कुमार, वैनतेय, १ मार्च १९२७, पृ. ४

प्रेमजीवन

(सुनीत)

गोलार्धा क्रमुनी श्रमे रवि परी विश्रांति भालीं नसे ।
ओलें धर्मजलें शरीर निथळे- पृथ्वी दंवें नाहते ।।
पान्हा पूर्व धरी- उषा जग वदे या पाडसा बाहते ।
येतां तो पदरें पुसे मुख, झणीं उत्साह तेथें हंसे ।।१।।

घेवोनी नवजीवना रवि निघे कर्तव्यसंपादना ।
प्रेमाचें बळ- एकटा परि नभीं तीरावरि संचरे ।।
गोलार्धा दुसऱ्या प्रकाशित करी, हो श्रांत काया पुन्हां ।
बाहूंच्या मृदूपाशिं पश्चिम धरी, चैतन्य अंगी स्फुरे ।।२।।

तेजस्वी तनु लाधली, करिं हरी रत्नाकराची जलें ।
भक्तीनें भ्रमतीं किती सभंवती दिव्यग्रहांची कुलें ।
'एका प्रेमरसाविणें मज दिसे हें शुष्क वाग्डंबर ।'
संध्यासंगमकालि रंगवि रवी ह्या अक्षरी अंबर ।।३।।

आकाशाहुनिही अफाट दिधलें आयुष्य देवा मला ।
पूर्वेचें सुख शून्य, मध्यगगनीं कां कोंडिसी प्रेमला ! ।।

कुमार, महाराष्ट्र-साहित्य, जानेवारी १९२४, पृ. २७९

सिंहगड व ताजमहाल

(सुनीत)

परदेशस्य कविमित्र
''हिंदिस्थान न देशनिर्झर परी विस्तीर्णसा सागर ।
नाहीं पाणबुड्या प्रवीण, सुहृदा आलों फिरस्ता इथें ।
भासे भव्य असें कुबेरगृहही रत्नांविना ज्यां रितें ।
तीं दावी, मज बिंदुमात्र बघुं दे हा रम्य रत्नाकर ।।''

कवि-
''शोभे उत्तरभूमिचा तिलक जो तो ताज घे रेखुनी ।
जाई सिंहगडीं, यमास रगडी जेथें मराठा गडी ।
दोन्ही वामन पावलां परि पहा काळाप्रती व्यापुनी ।
स्वर्भूसंगम साधिती- न दुबळी देवें दिलेली कुडी ! ।।

लाजावी अमरावती मयसभा- कारागिरी मंदिरीं ।
लाजावा मनिं कार्तिकेय असल्या तेजें भरे दुर्ग हा ।
कीं रामायण भारतासह रमे श्रीशारदा सुंदरी ।
गीता सह्यशिरीं कुराण यमुनातीरीं विराजे पहा ।।''

राज्यें भंगुर, देशभक्ति अथवा प्रीती चिरंजीविनी ।
तानाजी-मुमताज हिंदुयवनी गातात एक्या स्वनीं ।।

कुमार, महाराष्ट्र-साहित्य, फेब्रुवारी १९२४, पृ. ३४६

वाट चुकलेला!

(एका महत्त्वाकांक्षी मित्रानें पत्राच्या शेवटीं निराशेनें 'वाट चुकलेला' हें विशेषण स्वत:ला लावून घेतलें, त्याला उद्देशून-)

करी निराशा नवमार्गाची सदैव निंदा जगतीं ।
स्वतंत्र मार्गें हानि न, आणीं ध्यानीं लाभे प्रगती ॥१॥

त्यजी सिंधुनद निजभगिनीच्या गंगेच्या मार्गाला ।
साधुनि सागर-संगम, मिळवी गुलाब पायघड्यांला ॥२॥

दिशा वादळीं चुकुनी भडके अथांग सागरिं नौका ।
प्रदक्षिणा पृथ्वीची पदरीं-लाभ थोडका हा कां? ॥३॥

चुके वाट, करि रान जिवाचें सुवर्णभूमीसाठीं ।
प्रतिपरमेश्वर कोलंबस हो, ठेवि नवें जग पाठीं ॥४॥

रूढ कल्पना-मार्ग सोडुनी जेव्हां प्रतिभा धावे ।
भूवरतीं अवतरतीं तेव्हां सरस्वतीप्रिय काव्यें ॥५॥

नियत गतीने निजकक्षेमधिं कोट्यवधि ग्रह फिरती ।
रति कवि करिती स्वैरविहारी धूमकेतुच्या वरती ॥६॥

गळलीं पानें मिळुनी जाती कालांतरिं मातीला ।
वातचक्र नव विमान करितां पोंचलि उच्चस्थितिला ॥७॥

कधि मळलेली वाट न चुकली, परि मातीनें भरली ।
नवरत्नांची खाण हवी तर दुजी पाहिजे धरली ॥८॥

सिंह होउनी गजराजास्तव वणवण भ्रमणें बरवें ।
तृण घाण्याच्या बैलापुढलें नको नको जरि हिरवें ॥९॥

कुमार, सुमन, फेब्रुवारी १९२४, पृ. ६२

आगरकर

नीति, प्रीति, दया, समाजसमता इत्यादि स्वर्देवता ।
रूढि क्रूर चढे, पदीं तुडवुनीं सिंहासनीं भीषण ।
धैर्यें दिव्य छलापवाद- जलधी उल्लंघुनि दारुण ।
केल्या बंधनमुक्त आगरकरें त्या लेखनें तत्त्वतां ।।

गाईहून गरीब हिंदु अबला अज्ञान कारागृहीं ।
कोंडी रूढि चढेल, दुग्ध पिळिते चाऱ्याविणें ठेवुनी ।
'देवारेः बरवा कसाब!' विधवा कण्हे मनीं गांजुनी ।
गाई रक्षुनि या अनाथ, सजवी गोपाल-नामें मही ।।

दुर्वासापरि अंध अज्ञ जनता तत्त्वाप्रती नेणुनी ।
शापी क्रोधभरें तयांस झटती जो धर्म पालावया ।
याची रक्षित अंबरीष चमके चक्रापरी लेखनी ।
'स्थापूं सत्ययुगास बांधव!' जिचा संदेश देशास या ।।

ही देवी समता रडे ढळढळां त्राता न पाताजनीं ।
'देवा दे मम आयु आगरकरा भावी', पदीं मागणी ।।

कुमार, महाराष्ट्र-साहित्य, जून १९२४, पृ. ४८०

फुलें वेंचिलीं तिथें गोंवऱ्या

प्रेमाची लतिका फुले, डुलतसे सारें तिथें नंदन ।
दाटे दिव्य सुगंध, कोठुनि जगीं वारा विखारी उरे ।
पुष्पें पायघड्या पथीं पसरिती, कांट्यांवरी नाचुन ।
हास्यें विश्व भरे, मनोहर अशी धुंदी मनीं पाझरे ।।१।।

घेता चुंबन एक जाय खुलुनी गालीं गुलाबी कळी ।
पाहोनी दुरूनी मुखीं उमलती जाई जुई माधवी ।
भालीं रंगत पारिजातक खुले त्या धर्म बिंदूजळीं ।
अश्रूंची सुमनें सदा वितरिती जीवास शोभा नवी ।।२।।

आतां हाय! परंतु काय उरलें? गेलीं जळोनी फुलें ।
प्रीतीची फिरतांच पाठ, सगळे कांटे सलूं लागले ।
भासे विश्व उजाड, खिन्न मन हें हालाहलानें जळे ।
उद्यानीं रडते स्मशान बघुनी श्रद्धा भयानें पळे ।।३।।

जाता प्रीतिलता सुकोनि, हृदयीं प्रेतास मांडूनियां ।
जेथें वेंचुनियां फुलें उधळिली, वेंची तिथे गोंवऱ्या ।।

कुमार, महाराष्ट्र-साहित्य, जुलै १९२४, पृ.११

आजचा गणपति

दारिद्र्यासुर मातला बहु बळी, संजीवनी लाभली ।
देवांची प्रियभूमि हिंद पडली दुर्दैवयोगें बळी ! ।।

पुत्रांच्या रुधिरें हिच्या शमतसे या राक्षसाची तृषा ।
नाचे आवस आज तेथ विहरे पूर्वी जिथें ती उषा ।।

सोन्याचा घरिं धूर दूर! भडके पोटीं सदा आग ह्या ।
या भावी तरुणांत भीम कुठला? लाजे सुदामा जयां ।।

अज्ञानग्रहणीं पराक्रम रवी निस्तेज झाला गुणें ।
कोटी तीस सजीव मानव परी झालों जगा खेळणें ।।

या दारिद्र्यगजासुरा अमरता ये पारतंत्र्यामुळें ।
उन्मूळी नव वृक्ष रम्य कमळें, संसार सारा जळे ।।

'देवा घे अवतार' उत्कट अशा आक्रंदना ऐकुनी ।
भक्तांच्या, प्रबला गजावरि हरी आला स्वयें चालुनी ।।

'खादी' निर्मल निर्मिला गणपती दैत्या वधायास्तव ।
निंदा मूषक वाहना, जग उद्यां गाईल त्याचा स्तव ।।

कुमार, तरुण भारत, जुलै-ऑगस्ट १९२४, पृ.४०

आयुष्याचा ग्रंथ

आयुष्याचा ग्रंथ लिहाया अवतरसी भूवरी ।
बालका ध्येय सदा हें धरी ।।ध्रु।।

गजराजापरि आकाराचें महत्त्व जरि मानिसी ।
सिंह बघ, वृथा पडुं नको फशीं ।।
चिमणी मूर्ती, त्रिभुवनिं कीर्ती, ग्रंथ किती शोभती ।
डुलविती सदैव रसिकांप्रती ।।
दावानल दावितो बलातें क्षणभर, वरती परी ।
तारका स्थिर ती मन्वंतरीं ।।
ही कांचमण्यांची मालिका ।
बघेल हिरकणिच्या जरि मुखा ।
डौल फुका जाईल लयाला, अध:पात जो करी ।
लेखनीं म्हणुनि रसिकता वरी ।।१।।

प्रियकर हितकर भाषा करिते ग्रंथ गोड वाचका ।
तियेचा म्हणुनि सदा हो सखा ।।
हृदयवृत्तिची कोमल लतिका बहरे ग्रंथांतरीं ।
तयाला कोण न मग आदरी? ।।
अलंकृत करी परोपकारें, धरितिल जन त्या शिरीं ।
नाहीं सरस्वती मग दुरी ।।
पुरता विचार आधीं करी ।
हृदयीं रेखी मग अक्षरीं ।
जें जें बरवें तुजमध्यें तें आणी ग्रंथांतरी ।
बालका, ध्येय सदा हें धरी ।।२।।

कालसागरीं लेखक गेला, ग्रंथ असा तरि वरी ।
तरुनिया इतरांसी हो तरी ।।
सत्य गुंफुनी सुवर्णसूत्रीं रसिकांचें मन हरी ।
रसाच्या पडति सरीवर सरी ।।
गिरि ढांसळले, राजे ढळले, नुरलें कांहीं जिथें ।
ग्रंथ हे अमर नांदती तिथें ।।

झाली देवदया तुजवरी ।
म्हणुनी आलासी भूवरी ।
आयुष्याचा ग्रंथ लिहुनियां स्वर्ग जगाला करी ।
बालका ध्येय सदा हें धरी ॥३॥

कुमार, सुमन, जुलै-ऑगस्ट १९२४, पृ.२४९ - २५०

सूर्य चंद्र व पृथ्वी

शाळा सुटतां शिशिर संपला वसंत पथिं हंसला ।
आकाशीं रवि खालीं बालक गृहाकडे वळला ।।१।।

किरणजाल रवि भिरकावुनि हो प्रेमाचा पुतळा ।
पाटीदप्तर टाकुनि जननी हृदयिं बाळ रमला ।।२।।

पिता कौतुकें 'काय शिकविलें' प्रश्न करी बाळा ।
दरबारांतिल भाटापरि तो सांगाया धजला ।।३।।

'पृथ्वी वर्षी करि सूर्याची प्रदक्षिणा पुरती ।
चंद्र घेऊनी प्रकाश त्याचा नाचे तिजभंवती ।।४।।

मौज पहाया बाळमनाची दावुनि अज्ञान ।
प्रश्न हंसत करि पिता 'समजसी मजसि काय सान'? ।।५।।

'चंद्र आपुला प्रकाश घेई रविपासुनि नित्य ।
पृथ्वीला परि चिकटुनि राही हें न दिसे सत्य ।।६।।

'टोपी, खाऊ, तशी लेखणी कोण मला देई' ।
रोख नेणुनी, 'मीच' वदुनियां पित सहज जाई ।।७।।

'असें असुनि मी सदा बिलगतो कां हो आईला?'
जशि आई मज तशीच आहे पृथ्वी चंद्राला ।।८।।

अनुष्टुप्

चुंबिती बालचंद्रातें दंपती बोल ऐकुनी ।
सूर्य पृथ्वीस शोभा दे मधें पुर्णेंदु येऊनी ।।९।।

कुमार, सुमन, जुलै-ऑगस्ट १९२४, पृ. २२२ - २२३

लोकगंगा

(सुनीत)

ज्यांचे शील विशुद्ध धारण करी बर्फापरी शुभ्रता
वित्तोष्मालवलेश जीवनिं नसे-ये शैत्य अंगीं पुरें
लागे आंच तरी क्षणीं प्रगटते पाणी, अशी धीरता
त्या भोळ्या जनतागिरींतुनि पुढें ही लोकगंगा स्फुरे ।।१।।

तीर्थें पावन-देशभक्त कवि जे-आत्म्यास आकर्षिती
कांठींचा पिकला मळा झडकरी दारिद्र्यदोषा हरी
होतां विस्तृत पात्र रक्तकमळें व्यापाररूपी धरी
वंदोनी प्रतिपाळित्यास तुडवी संहारकर्त्यास ती ।।२।।

गर्वानें फुगतां तटांवर तुटे उग्रस्वरूपा धरी
वृक्षां उन्मुळिते, अनेक नगरें नेते सवें वाहुनी
अंधेला नच जन्हुयज्ञमहती, उद्दाम धांवे वरी
नेणें त्यागबळें-मुळीं नच चळे-नागीण ही मागुनी ।।३।।

ही अंत:कलहाग्निदग्ध जननी स्वातंत्र्यदेवी रडे ।
हो हिंदी तरुणा भगीरथ खरा ने लोकगंगा पुढें ।।

कुमार, तरुण भारत, सप्टेंबर १९२४, पृ. १६

रानफुलाच्या पाकळ्या

(१)

कभिन्न काळ्या अंधारीं संकटात घनदाट ।
चमके चपला प्रतिभेची, दावित जलदां वाट ।।
संसाराच्या तापानें म्लान जाहले जीव ।
सावध करि तव कविराया, हृदयाचा वर्षाव ।।
विटुनी पंजरवासाला तिळतिळ तुटतां प्राण ।
निर्मुनि नंदनवन हरिसी सुखदु:खाचें भान ।।
धार धरावी रुधिराची प्रतीलता फुलवाया ।
शिकवण वणवण करणाऱ्या कांटेरी जगता या ।।
काव्यनभांतिल रवि देसी सदा ग्रहांनां तेज ।
'कुमार' अर्पी अर्घ्यातें सत्कविकुलगुरुराज ।।

(२)

विषमय जीवित नित्य करी दास्य-कालिया घोर ।
करी 'तुतारी' कृष्ण धरी, उघडे अरुण द्वार ।।
अधरीं मुरली विश्वाची, गूढ उकलिती सूर ।
आत्मरसाचा पूर भरे करि मायेचा चूर ।।
रास 'झपूर्झा'- रूपानें ज्ञातगिरीवर नाचे ।
गिरकीसरशी तोल सुटे, पदिं पडदे गगनाचे ।।
गातां गीता 'स्फूर्ती'ची ये समरांगणिं रंग ।
कबंध लढते म्यान शिके तरवारीचे ढंग ।।
काव्यनभांतील रवि देसी सदा ग्रहांनां तेज ।
'कुमार' अर्पी अर्घ्यातें सत्कविकुलगुरुराज ।।

कुमार, वैनतेय, १८ नोव्हेंबर १९२४, पृ. ३

काव्यचंद्र

चंद्रावांचुनि अंध अन्य विषयां, राहे जलीं निश्चल
माजे पंक सभोंवतीं, कुमुदिनी साहे खलाचा छल
सोडोनी किरणे सहस्र नसती सोळा कला ज्या सदा
त्या चंद्रास्तव देहदंड गणिते साध्वी महा संपदा

रात्रीची करूनी प्रभात विहरे वायूपरी एकला
सारी निद्रित भू, चकोर खग हा चंद्राकडे चालला
वल्हीं मारूनि भागला, नच सरे विस्तीर्ण वातोदधी
झाला काय निराश? प्रेम नयनीं नैराश्य नाहीं कधीं

अर्पी कांचनभूषणें नवनवीं संध्यामहालीं रवी
नाहीं सागरिका भुलोनि पडली प्रेमा बळी पाशवी
चंद्राची नभि कोर ती उगवता आलिंगना धांवते
प्रेमा अंतर अंतराय कुठले? अद्वैति ते नाचतें

लक्ष्मीचा रवि सांडूनी भजतसे का काव्यचंद्रास मी
देवी सागरिका, चकोर, कुमुदें यांना विचारा तमी ॥

कुमार, रसवंती, एप्रिल १९२५, पृ. ५५ - ५६

वृथा

अरुणाचा भरजरी वृथा रवि मंदिल मिरवी शिरी ।
अंधेराची नगरी नांदे अर्ध्या पृथिवीवरी ॥१॥

सर मोत्यांचे वृथा नाचवी कारंजें निज करीं ।
वेल वाळली स्फुंदे धरुनी फूल करपलें उरीं ॥२॥

माणिकमोतीं उदार संध्या उधळि वृथा अंबरी ।
दारिद्र्याची उदास छाया म्लान मेघमुख करी ॥३॥

रसिक वायुची भ्रमुनी त्रिभुवन वृथा गमे चातुरी ।
सुगंध सुमनीं निर्जन विपिनीं राहे घरच्या घरीं ॥४॥

मार्ग मृत्युचा वृथा नाम निज 'रत्नाकर' हे वरी ।
सदा धाडसी नाविक धडकति खडकावरि सागरीं ॥५॥

मृगराजाची पवित्र पदवी वृथा करींचा अरी ।
प्रतोदताली प्रचंडपंजरिं नाचवि बाला जरी ॥६॥

चपल लेखणी मयूरासवें नृत्य वृथा वनि करी ।
वावटळीवर भिरभिर फिरवि न जनमन वरच्यावरी ॥७॥

मंत्रद्रष्ट्या इतिहासाची वृथा रुधिर-वैखरी ।
अणुरेणूंनी गगन चुंबणें नाहीं होणें गिरी ॥८॥

लग्नमंगलीं मंत्र गर्जती वृथा अक्षता शिरीं ।
पतिपत्नींची जीवनसरिता भिन्न जलांतों धरी ॥९॥

देशभक्तिचे पूर वाहवी वृथा मंदिरांतरीं ।
तळमळती जनमीन जलाविण तापुनि तीरावरी ॥१०॥

कुमार, मनोरंजन, ऑगस्ट १९२५, पृ. ७१

बाळाची शाळा

आई: का गळा घालुनी माळा खेळसि खेळा ।
चल बाळा झाली शाळेची तव वेळा ।।ध्रु०।।

बाळ: हा स्वच्छंदाने वारा भ्रमतो रानी ।
कशि हळुच घालितो शीळ वेणुंच्या कर्णी ।।
मग दचकुनि जागे होती बघती भंवती ।
तों शांत वायुची हिंडे स्वारी झुकती ।।
छेडितो सहज हा पर्णांच्या मृदुतारा ।
उडवितो मधुनिया घोडा गागनिं भरारा ।।
रेखितो झऱ्याच्या जलीं रम्यशीं चित्रें ।
कधिं घों घों बागुल कळीस वदतो 'भित्रे'
किति वारा मोठा नाहीं त्याला शाळा ।
मग मलाच सांगसि सोडाया कां खेळा? ।।

आई: हें वारें कुठुनी अंगी शिरलें आज? ।
बघ लहान बाळें, धर कांहीं तरि लाज ।।१।।

बाळ: हे मेघ मांडिती बघ आभाळी शाळा ।
कशि वीज कोंडिली नेउनि अभ्यासाला ।।
केवढा गुरूंना आला आई राग ।
गडगडाट त्यांचा करील जगता जाग ।।
किति रागाने हा आपटला गे पाय ।
जणुं शाळा सारी दुभंग होउनि जाय ।।
चालली छडीची छमछम ऐकूं येते ।
उडि बिजली खालीं खिडकीमधुनी घेते ।।
वाढली एवढी रुचे न शाळा तिजला ।
मग मलाच आग्रह करिसी कां जायाला ?

आई: कशि वीज लवलवे आज लाडक्या ओंठीं ।
परि डोळ्यापुढतीं आण उद्यांची काठी ।।२।।

बाळ: खेळुनी पहाटे नक्षत्रें जीं निजलीं ।
कां अजुनी नाही शाळा त्यांची भरली ।।
बागेत सदोदित फुलें खेळतीं सारीं ।
कधिं कटकट नाहीं शाळेची त्यां भारी ।।
हांसऱ्या झऱ्याला नाचत नाचत जातां ।
'चल शाळेला जा' कधीं न सांगे माता ।।
स्वच्छंद गाउनी राघू रमतो रानीं ।
कां घोकावीं मी पाढ्यांचीं रडगाणीं ।।
हीं देवाजीचीं बाळें उधळिति रंग ।
मग खेळ सोडुनी शाळा मज का सांग? ।।३।।

वदुनि हंसत बाळें घातली झेंप कंठीं ।
भिउनि जणुं पळाला राग तत्काळ पाठीं ।।
धरुनि दृढ उराशीं माय घेई मुक्यांतें ।
'विसरशि कशि शाळा' बाळ बोले हळू तें ।।४।।

कुमार, मनोरंजन, सप्टेंबर १९२५, पृ. १२३

वाराणशी

अनुपम ममता-मंगल गंगा-वर्षसि वाराणशी ।
पाप क्षालुनी दिव्य बंधनीं जोडिशि मज मुक्तिशीं ।।

क्रोध सदा मम खळखळ वाहे मलिन निर्झरापरी ।
घेउनि उदरीं शांत करिसि त्या गंगामाई खरी ।।

घरीं द्वारका, कृतक पिता मनिं दुराग्रहाते धरी ।
काळभैरवापरि मज मानी, द्वारीं स्थापिसि परी ।।

मेघ सोडुनी बिंदु उतरला झिडकारी वल्लरी ।
वाऱ्यावर हो वरात हृदयीं धरिसी शुक्तीपरी ।।

मी कीटक, तूं कलिका कोमल हृदयरसा वेंचिसी ।
दोषांची घनमाळा माझी उजळिशि बिजली जशी ।।

जीवनगृहिंचें विमल देवघर तव सहवासीं दिसें ।
क्षुद्र विकारीं भरल्या मनिं कीं विवेकदेवी हंसे ।।

खिन्न निराशा गुंतवि जालीं निच्चेतन तनु करी ।
तव मायेचा हात अंतरी विद्युच्छशक्ती भरी ।।

प्राणवायु तूं घेउनि जवळी या जलवायूप्रती ।
अंतर नाहीं दिधलें म्हणुनि जल दिसतें सप्रती ।।

निज जीवाचें आळें करूनी तूं जल मज पाजिलें ।
कांटेरी या म्हणुनि लतेवर फुलती कांहीं फुलें ।।

काय सांगणें काय मागणें भगिनी तुज लेंकरें ।
तव मायेची शाल पाहतां स्वर्गगर्व ओसरे ।।

रत्नभूषणें नव पक्वान्नें धनिका लखलाभ तीं ।
शिळी भाकरी तव सांगातीं करि मज लक्ष्मीपती ।।

जन्म उदरिं तव येवो मग नच दारिद्र्याची कथा ।
तुझ्याच हाती मृत्यू देव दे, तर सुख, नाहीं व्यथा ।।

कुमार, अरुणमाला, डिसेंबर १९२५, पृ. १४

बाले!

कंठी जीवन रात्र घोर तिमिरीं आशा तियेच्या मनीं
चंद्रा घेउनिया उद्यां प्रतिपदा येईल माझ्या घरीं
ग्रीष्मीं निर्झरिणी झुरे, कुठुनिया गीत स्फुरे अंतरी
भावी संगमिं जीव टांगुनि बसे मेघाचिया चुंबनीं

वृक्षांना वठल्या वसंत हंसतां आलिंगिते पालवी
एकांतीं प्रतिभा उदास कविते भेटे जरी चंचला
मधें क्रोधभरें दिली ढकलुनी भूमीवरी चंचला
वर्षाकाल तिला उदार पतिच्या अंकावरी नाचवी

सूर्याचें कुसुमां ध्रुवाजवळिच्या षण्मास ना दर्शन
षण्मासीं दुसऱ्या मिळे सुखसुधा जाती न कोमेजुन
पर्जन्यें नवमास दर्शन दिलें कोपें न पृथ्वीप्रती
जाळी तीव्र वियोगवन्हि मग तो धावे मृगाच्या रथीं

गेले वासर, मास, वत्सर तसे आशालता ना फुले
देवानें अपवाद सृष्टिनियमा बाले, तुला निर्मिलें!

कुमार, रत्नाकर, जानेवारी १९२६, पृ. १९

भग्नहृदय

झोपे सागर बाळ विश्वजननीवक्षीं निळें सांवळें ।
नेत्रीं स्वर्गच पूर्वीचा विहरतो नौकामिषें त्याचिया ॥
हो प्रौढापरि क्षुब्ध भग्नहृदयीं दुर्दैव झंझानिलें ।
नौकेच्या हंसऱ्या क्षणांत ठिकऱ्या होती ! विधे निर्दया ! ॥
कारंजासम चंद्रमा उधळितो ज्योत्स्ना तुषारांनभीं ।
भासे सृष्टिसखी असे कृतयुगीं आशा यशस्वी सदा ॥
वर्षेची चपला करांगुलि दिसे ये मेघमालाऽऽ पदा ।
नैराश्यें नभ व्यापिलें, न रमणी एक स्मशानीं उभी ॥
प्रेमाचा पसरे प्रकाश हृदयीं अद्वैत दावावया ।
बालेला परि होम होउनी चिता वैधव्य हे बोहलें ॥
माधुर्यें अपुल्या सुधेस सजला जो लाज आणावया ।
त्या आम्रावरि चांदण्यांत चपला मायाविनी कोसळे ॥
नौका ती, नभ तें निरभ्र, तरू तो बाला जगें टाकिली ।
द्या द्या या हृदयास कान- रडती दैवें तिथें कोंडली ॥

कुमार, मनोरंजन, मार्च १९२६, पृ. १५४

समुद्र व निर्झरिणी

रम्य रत्नाकर नाम जगीं गाजे
सकल सरितांचा नाथ हा विराजे
लाट साधी चुंबिते गगनगाभा
कुठें तुलना लाभेल महाभागा? ॥१॥

नित्य मेघांतें अर्पितो अहेर
जलद्रव्याचा भासतो कुबेर
कंठ पांथाचा सुकुनि जरी गेला
जलधि मौजेनें पाहतसे लीला ॥२॥

धार नाहीं जरि बोटभरी रुंद
नसे भरती कधिं, गति सदैव मंद
कड्यावरुनी धडपडे पडे खालीं
श्रांत पांथां परि निर्झरिणी वाली ॥३॥

भव्य नौका कोठल्या? पान पृष्ठीं
कुठुनि रत्नें हृदिं? रानफुलें ओष्ठीं
पुण्यपर्वाचें स्नान करायाचे
थवे लोकांचे भेटती न वाटे ॥४॥

लाजलाजुनि जी गाज मनी गाणें
समुद्राची गर्जना कशी जाणे?
ज्ञान नाहीं थैमान मांडण्याचें
गगनपाताळा एक करायाचें ॥५॥

अंत लागे अतिसहज अशी भोळी
लपंडावाच्या रमत सदा खेळीं
राजराजेश्वर सागराधिराज
वदे 'उपजे पाहुनी हिला लाज' ॥६॥

"प्राण देउनि आपले उन्हाळ्यांत
तृषार्तांचे ही धन्यवाद घेत
काय लाभे परि दिव्य संतिणीला
मौक्तिकांच्या मिळतात मला माळा ॥७॥

पुनर्जीवन दे जलद दयाशील
खुळी आरंभी पुन्हा तेच खेळ
धांवधांवे निजवित्त वेंचण्याला
संचयाची कल्पना नसे स्त्रीला ॥८॥

अदय मातें म्हणतात लोक सर्व
शब्द एकच मम हरिल वृथा गर्व
मलिन मुख करि पर्जन्यकाळिं कोण
हृदयिं वसुनी दे देव कुणा मात?" ॥९॥

मुकी निर्झरिणी वाद कसा व्हावा?
मनी अनुभव परि सज्जनीं पहावा
चला वेलींच्या हृदयिं पहायाला
पांथ नेत्रांविण साक्ष नसे याला ॥१०॥

कुमार, रत्नाकर, एप्रिल १९२६, पृ. २६१

उदास उत्कंठा

(सांसारिक सुखदु:खानी कंटाळलेला आत्मा
परात्पराच्या दर्शनासाठी आसावला आहे)

उदय कधी होणार?! दयाळा! उदय कधी होणार? ।।ध्रु०।।

संध्यारंगे भुलुनी गेलें ।
रजनीच्या करपाशीं पडलें ।
तिमिर अंतरीं, तुज अंतरलें ।
दर्शन कधिं देणार ।। दयाळा ।।१।।

दिव्य तेज तव उग्र वाटलें ।
अद्वैतीं जग नीरस दिसलें ।
संध्या-विविध विलासीं फसलें ।
हृदयिं कधीं घेणार? ।। दयाळा ।।२।।

अनंत तारा चमकति गगनीं ।
तुझ्या प्रीतिच्या जणुं आठवणी ।
परि परमेशा पुरी पापिणी ।
न ढळे मुळि अंधार ।। दयाळा ।।३।।

रूप रेखुनी तुझें अश्रुंनीं ।
चंद्र तयाचें नाव ठेवुनी ।
पहात बसतें अनिमिष नयनीं ।
परि ते चंचल फार! ।। दयाळा ।।४।।

प्रतिमा पुरती सहसा नाहीं ।
कधिं घनजालीं अंधुक होई ।
अंधाराचा संशय वाही ।
कलंक सलतो फार! ।। दयाळा ।।५।।

चमक विजेची निमिषार्धाची ।
स्मृति देउनियां दिव्य पदाची ।
पदोपदीं जीवाला जाची ।
घालु कुणाला भार? ।। दयाळा ।।६।।

कोट्यावधि जरि दीप लाविले ।
भंगुर वैभव भासे सगळें ।
तव किरणांचें तेज आगळे ।
अंधरांतुनि तार! ।। दयाळा ।।७।।

मुके जाहले चिमणे गवई ।
किरकिर करि आनंदी राई ।
खिन्न शांतता हृदया दाही ।
दूर सर्व हें सार ।। दयाळा ।।८।।

तुजभंवतीं भ्रमते रात्रंदिन ।
तिमिरें भरलें अर्धें जीवन ।
घे जवळी, हृदयी कवटाळुन ।
जळो देह नि:सार ।। दयाळा ।।९।।

कुमार, मनोरंजन, एप्रिल १९२६, पृ. २२९

अरण्यरोदन

रानींच्या हरिणे तुला स्वनयनें देवोनि केलें ऋणी
सिंहाची कटि सुंदरा गजगती संपादिली तूं वनीं
केसांच्या कुरळ्या मनोज्ञ लतिका नाचोनि भालावरी
धर्माच्या सुमनीं मुदें वितरिती त्या निर्झराची सरी

कंठीं सोडुनि आम्रवृक्ष बसली रानांतली कोकिळा
आले गाल गुलाब बंधु म्हणुनी चांफेकळीच्या घरीं
कुंदाच्या कलिकाहि हट्ट धरूनी त्यांमागुनी धांवल्या
ओष्ठांच्या मधु पाळण्यांत निजुनी डोकावती ज्या वरी

जाली लोचनमीन बद्ध करिती जो जो दिसे त्याजला
लीलेनें हरिणेंच विद्ध करिती व्याधाप्रती अंतरी
तूं सौंदर्यशकुंतला-मृगलता यांचा जियेला लळा
भासे जीवन शून्य हें तुजविणें, गाते तुला वैखरी

बाले! तूं वनवासिनी सकल कीं लावण्य रानांतलें
माझें गीत अरण्यरोदन दिसे याकारणें जाहलें

कुमार, रत्नाकर, जून १९२६, पृ. ३९९

स्वयंवर

भालीं लेख लिहावया मम सजे धाता श्रुतींचा पिता ।
अर्पी अंगुलि शारदा निज सुखें, ती घे करीं लेखणी ।।
पात्रें चित्रविचित्र पूर्ण शाई मसिने, की कल्पनेची खनी ।
लेखीं व्यक्त करावयास न उरो कांहीं कुठें न्यूनता ।।
झाला ज्या भरता कुबेरहि रिता तें पात्र घेवोनियां ।
स्वच्छंदें विधि सौख्यमंत्र जपुनी लल्लाटलेखा लिही ।।
कारंजासम लोचनांतुनि वरी दु:खाश्रु धांवोनियां ।
लेखातें पुसती सुवर्णमसिच्या, स्वर्गा हंसे ही मही ।।
ज्ञानाचा करि अर्क देवगुरू तो योजी विधी लेखनी ।
नि:श्वासे सहजीं सनातन लिपी ती जाय कोमेजुनी ।।
इंद्राचें पद जाळुनी खलुनि तें आकाशगंगा जलीं ।
केले लेखन, अक्षरें भृकुटिच्या भंगें भयें लोपलीं ।।
'घे जें जें रुचते तुला त्वरित ते' ब्रह्मा वदे त्रासुनी ।
दारिद्र्यान्वित तूं तरी निवडिलें प्रेमा तुला मोहुनी ।।

कुमार, मनोरंजन, ऑगस्ट १९२६, पृ. १२१

आश्वासन

वसंतातली फुलली वेली पल्लवपाशीं वृक्ष धरी
वठुनी झाला दीन जरी
मान मोडली, मेघावलिवरि निर्जल लावियली दृष्टी
चातक ढळवीना कष्टी
ग्रहण लागले, अंधुक गगनी चंद्रबिंब जे मंद दिसे
चकोर त्यासह खेळतसे
झंझावातासंगें झुंजति तरु वश होति न जे त्याला
झुलति भुलुनि ते झुळुकेला
निर्जल गर्जे मेघ अकारण, दिसे दरिद्रि जमदग्नी
वीज कर धरी जणुं लग्नीं
सहस्रकर रवि नको-कुमुदिनी हांसे बघुनी चंद्राला
उरली एक कला ज्याला
गगनविहारी गिरि मार्गातिल त्यागुनि गंगा जलनिधिला
चुंबी, जरि ने रसातळा
उज्ज्वल दिपज्ज्योति नाचवी कज्जलरेखा सदा शिरी
जशि हिमगिरि घनमाळ धरी
मोल महीचें-परि मणि भूषवि विषधर ऐशा शेषशिरा
प्रेममंत्र की शिकवि पुरा
क्षीरसागरा सोडुनि गंगा गगनामधली दिव्य जरी
काळ्या काळोखास वरी
त्यजी प्रेम नच, जग निंदी जरि ओंवाळुनि हा टाकियला
ओंवाळी उलट तयाला
प्रेमरूप परमेश्वर देइ न अंतर पापी भक्ताला
हृदया आवरि अश्रुजला

कुमार, रत्नाकर, सप्टेंबर १९२६, पृ. ६१२

आशेची आशा

(व्यवहारात ध्येयवादी मनुष्याला आशेचे क्षणमात्रच दर्शन होते; त्या क्षणाखेरीज इतर आयुष्य त्याला आशेच्या आशेवरच कंठावें लागतें.)

मधुनि मधुनी सारुनी मेघ दूरी ।
वीज डोकावे, मुग्ध जणु कुमारी ।।
तिमिर हृदयांतिल नष्ट करि कटाक्षें ।
सुगर सुंदर मग मार्ग मना भासे ।।१।।

सहज भरती ये प्रेमसमुद्राला ।
बाहुरूपानें वीचि पुढे गेल्या ।।
पाश गगनाचा तुटुनि धांवली ती ।
बाहुपाशीं मम-गोड किती भ्रांती ।।२।।

रिक्त सिंहासन हृदयमंदिरांती ।
नयन दावाया मार्ग पुढें जाती ।।
कर्णि कडकड रव ऐकुनी भयाण ।
नयन कसले? धावलें भ्रांत भान ।।३।।

देह जैसा निष्प्राण कळाहीन ।
काळवंडे हें गगन तसें दीन ।।
मत्त मेघांचें-राक्षसी मनांचें ।
नृत्य चाले मग आंधळेपणाचें ।।४।।

पुन्हां तारा हांसल्या गगनभागीं ।
चंद्र गंधित करि विश्व निज परागीं ।।
खिन्न रजनी खेळते प्रणयरंगी ।
विजेविण मज जग शून्य- मी अभागी ।।५।।

कुमार, मनोरंजन, नोव्हेंबर १९२६, पृ. ३१७

मातृवंदन

वंदन पदिं हिंदभूमि मातृदेवते ।
सेविति तुज नंदनवन त्यजुनि देव ते ।।ध्रु.।।
वत्सलता वंग-वामहस्त दर्शवी ।
बाहुसि त्या जान्हविजलवसन शोभवी ।
स्कंधीं कैलासवास शारदा स्तवी ।
भूषवि काश्मीर केश ।
वक्षीं रजपूत वेष ।
मूठ वळुनि सिंधु देश ।
दावि तेज तें ।।१।।
दक्षिणांकि कोंकण तव बाळ खेळतें ।
शिरि ज्यांच्या वनकुंची हरित शोभते ।
सागररव-घुंगुर पदिं मधुर वाजते ।
नारिकेल कंदुक करिं ।
नवकेगद खड्ग धरि ।
विहरे जणु बालहरि ।
देवि यशोदे ।।२।।
वेदांचा रत्नहार रुळतसे गळां ।
गीता हा कौस्तुभमणि दिव्य ज्यांतला ।
शाकुंतलबकुल देइ गंध कुंतला ।
तूं सुवर्णभूमि सत्य ।
लक्ष्मीचा जनक नित्य ।
प्रक्षाली पाद, भृत्य ।
देव होत ते ।।३।।
लाथाडुनि सिंहासन आर्त धरि उरीं ।
पररमणी जननीसम गणुनि आदरी ।
पारतंत्र्यतिमिरिं देहदीप जो करी ।
तो गौतम दिव्य बुद्ध ।
छत्रपती साधु शुद्ध ।
बद्ध तिलक करित युद्ध ।
तवचि पुत्र ते ।।४।।

कुमार, वैनतेय, ९ नोव्हेंबर १९२६, पृ. ५

आजचा इतिहास

(वृत्त-साकी)

तोंड शत्रुला देउनि लढले पूर्वज अमुचे थोर ।
पाठ भली देउनियां आम्ही लढतों, फार उदार ।।१।।

कायावाचामनीं एकही जगतीं त्यांची रीती ।
मनी एक जनिं एक अशी अम्हि वाढविली संपत्ती ।।२।।

खरी हरिदिनी हरिनामाविण पूर्वी अन्य न अन्न ।
जिंकि विठोबातें पोटोबा, भक्तिपंथ नव भिन्न ।।३।।

बाबर जाई बळी, परतवी निजबाळाचे प्राण ।
पिनलकोडखड्गें बेट्याची बाप कापितो मान ।।४।।

दे खंडोजी खाना कन्या राजारामासाठी ।
कन्यादानें अनंत घडती, वर जरि गांठिति साठी ।।५।।

प्रियपत्नीचें स्मारक केलें शहाजहानें छान ।
परि तें दगडी, सजीव करितों चवथें लग्न करून ।।६।।

मी म्हणतो काळोख तयाचा अहंपणा नाशाया ।
खड्या कड्यावर चढला तान्हा वाण सतीचें घ्याया ।।७।।

सिंहगडावर जाया डोली, भोंवळ खाली बघतां ।
आरामाचा आश्रय आजी उदयभानुसह लढतां ।।८।।

'बादशहाची बेटी व्हावी या चरणाची दासी ।'
-खळखळती शृंखला खलासह करि शंभु गर्जनेसी ।।९।।

दमडीसाठीं अरिचरणांचे गुलाम झालों बंदे ।
लाथा बसतां माथा न ढळे, दूर 'मातरं वंदे' ।।१०।।

कुमार, रत्नाकर, डिसेंबर १९२६, पृ. ८३३

भरतीची लाट

लहरि लाजरी उभी विचारी प्रीती परि तिजपुढें,
ढकलुनी, वदे 'असे कां गडे?'
प्रेम आंधळें, खुळे, थांबतें कधी न मार्गामधें,
दीपिका भीति पतंगा न दे
प्रतिकूल पवन परतवि, पुनरपि वेली वृक्षाकडे
धांवुनी स्कंधावरतीं पडे
काळमेघ जरि गिळि चंद्राला तरी तारका वरी,
नयनिं निज पूजन त्याचें करी
अग्नि लोटितो ज्वालेला वरि दूरी, तरि ती पुन्हां,
परते द्याया आलिंगना,
दूर टाकुनी नम्र दरीतें पर्वत वरती पळे,
नभःश्रीमुख चुंबाया बळें
सरला परता किती कोस परि चरणांची सेविका,
दरी पद चुरूनि करीं घे सुखा.
अदूरदर्शी निशासुंदरी नवसाला पावली;
लागते दिवसाच्या पावलीं;
सुलभ लाभ मग होय अवज्ञा, दिवस पाठ फिरवुनी,
धांवे सती सदा मागुनी.
आकाशाचे चरण धराया धांवे वसुधा सदा,
मानिते क्षितिजरजा संपदा.
दूर लोटती जलद चंचला पृथा ह्मणति वैरिणी,
शिरे परि घनांतरंगी गुणी?
पुरुष कठोरच प्रेमळ कोमल काय तयां ठाउकें,
होती अबलांपुढती मुके
काय तपस्या जगीं करि न? घे वज्र दधीचीभया,
प्रीतिनें प्रमदा मिळवी जया
पुरस्कार करि प्रीतिदेवता लहरि लाजरी पुढें,
मुरडत सरे किनाऱ्याकडे
तुषारासवें नयनीं आणुनि जरि ती चरणां धरी,
निर्दय तीर दूर तिज करी.
सहजमृदुल मधुहृदय परतवी शिकवुनि तिजला पुन्हां,

भाव नव नाचवि त्याच्या मना.
अखेर हटला हट्ट कठोरच प्रेमळ प्रीतीपुढें,
लहरिच्या रसीं किनारा बुडे.
खऱ्या प्रीतीची खरी निशाणी जगिं 'भरतीची लाट',
नयनीं आल्या प्राणें पाही 'कुमार' तीची वाट.

कुमार, मनोरंजन, एप्रिल १९२७, पृ. २२४

सावली- १

वसंताच्या पाहुनी वैभवाला,
ग्रीष्म ईर्ष्येनें गगनभागीं आला
वनश्रीची नच मिळे कंठिं माला,
म्हणुनि लागे मत्सरे जळायाला ॥१॥

भूमि आता अस्पृश्य पदां झाली,
दूर जाती जन नदी सुकुनि गेली,
उन्हातान्हांतुनि धांवतात पांथ,
स्पर्श छायेचा निज न करूनि घेत ॥२॥

धर्मकार्याचा शिरीं पुण्य भार,
रास धान्याची दाखविते थोर
विप्र घेउनि तो परतला गृहातें,
पाच वर्षांचें बाळ सवें होतें ॥३॥

पाय पोळुनियां 'हाय हाय' चाले,
पितापुत्रांचे प्राण कंठिं आले
मेघरायें क्षणभरी दिली छाया,
विप्र उपकृत लागला पुढें जाया ॥४॥

झाड कांटेरी सहज दिसे मार्गी,
सावलीचे नच नांव धरी अंगीं
तरी बाळासह विप्र उभा राहे,
पावलाचा गारवा दाहिं लाहे ॥५॥

"धन्य तरुची सावलीठ वदत जाई,
अंत्यजाचें तों बाळ पुढें येई
-कृष्णपक्षांतिल रम्य चंद्रकोर
चुके माता तें भ्रमे ह्मणुनि पोर ॥६॥

जवळि येई तें म्लान मृदुल फूल,
विप्र गर्जे ठकारट्या पाहि कूळ
जरी पडली सावली तुझी देहीं,
स्नान केल्याविण अन्न मुखीं नाही'' ।।७।।

कडकडाटानें कळी जळुनि गेली,
मूर्ति चिमणी गुरफटे अश्रुजालीं,
परी उघडे नच विप्रहृदयकारा,
काय पाषाणा होय बाष्पधारा? ।।८।।

बाळ जाई तें रडत रडत वाटे,
विप्र विजयी पातला गृहीं थाटें,
दंवच पुष्पाचें हृदय जगीं जाणे,
विप्रबाळाचें सदा एक गाणें ।।९।।

''मेघ देई सावली घेतली ती
झाड देई सावली घेतली ती
राग कां ये मग बाळसावलीचा
नको त्याचा तर नको स्पर्श माझा'' ।।१०।।

कुमार, मनोरंजन, जून १९२७, पृ. ३२७

गृहसुख

लाभे गृहसुख निर्मल ज्याला ।
स्वर्गी काय अधिक त्याला? ॥ध्रु.॥

पिता कल्पतरू देई सांवली दूरदेशिं जरि बाळ ।
पूर्ण करितसे सर्व कामना श्रमुनि तिन्ही काळ ॥१॥

गाननर्तनीं कुशल अप्सरा चंचल त्यांचें प्रेम ।
कोण मृत्तिका घे ती करिं जरि प्रियपत्नीचें हेम ॥२॥

देवदानवांमधें सुधेनें कलह निर्मिला मोठा ।
कलह शमतसे परि बाळाच्या ओंठ लागतां ओंठां ॥३॥

कोट्यावधि देवांतुनि एका इंद्रपदाची जोड ।
सकल बालकां मात्र का वरि निद्रा लाभे गोड ॥४॥

कुमार, मनोरंजन, जानेवारी १९२८, पृ. ३५

मानवी आशा

दंवमुक्तांची माळ मनोहर गुंफुनि घालिन तुझ्या गळां ।
जाइल लाजुनि मग कमला ॥
हेतु धरुनि हा हात लावितां दंवबिंदुंचा होय चुरा ।
भेदि निराशा-सुरा उरा ॥१॥

चिरवांछित मृतबंधुसंगमें स्वप्न विरहिं दे आनंदा ।
श्रीहरि भेटे जणुं नंदा ॥
आलिंगाया कर पसरोनी दोन्ही जातां आपटुनी ।
दुःखद जागृति ये नयनीं ॥२॥

'तुजवरती मम अढळ प्रीती' तोंडदेखली ही उक्ती ।
कपटी पुरुषांची जाति ॥
खड्गा खुपसुनि वल्लभ देई उत्तर हृदयींच्या रुधिरें ।
प्रीति दिसे परि सौख्य सरे ॥३॥

अनुष्टुप्

सौंदर्यीं दिव्यता नाचे, आंधळ्या हृदया कळो ।
स्पर्शतां मानवी आशा, लोपतीं दिव्य पाउलें ॥४॥

वि. स. खांडेकर, लोकमित्र, एप्रिल १९२८, पृ.४०५

सौंदर्य व उपयोग

गुलाब अस्फुट खुलवि सुगंधे कविहृदयातें जरी
क्षुधित वदे या कधीं न येईल करवंदाची सरी
गगनिं तरंगे चंद्रकोर जणुं अस्मानांतिल परी
पांथ विषम पथिं म्हणे चांगली पणती जरि खापरी
सतारींतुनी वर्षति मंजुळ आलापांच्या सरी
गणी कृषिवल तिला लोढणें, होत न ती नांगरी
गिरिगर्भांतुनि ये जलदेवी रांगत भूमीवरी
नौकानयनिं न निपुण म्हणुनि तिज व्यापारी धिक्करी
दंव मोत्यापरि चमके किरणीं तृणपर्णाच्या वरी
'काय कुड्यांना येतिल मोत्यें' प्रमदा पृच्छा करी
उदयास्ताची रविरायाची अपूर्व शोभा खरी
माध्यान्हींची भ्रांत तियेनें दूरि होइ का परी

अनुष्टुप्

सौंदर्या उपयोगाच्या घांसुनी निकषावरी
आंधळें जग आनंदा जाळितें अपुल्या करीं
वैद्य काय शके जाणूं प्रेम जें हृदयामधीं
फोडुनी मूर्ति कोणाला लाभली देवता कधीं

कुमार, रत्नाकर, जून १९२८, पृ. ३८३

गुलाबाचें फूल

हृदय लाथाडुनि पोट भरायाला,
जीव राजस हा सिद्ध असे झाला.

प्रीतिमूर्तीतें देइ झुगारोनी,
मग्न लक्ष्मीच्या मोहमयी ध्यानीं.

समय विरहाचा, शब्द बोलवेना,
सांज सौख्याची भ्रमति विहग नाना.

स्पर्श शेवटचा खुलवि गालिं रंग,
अश्रुतारक परि करी मनोभंग.

बाष्पगंगाजल, निःश्वासमलयवात,
काव्यकोमल हें व्यर्थ सर्व येथ.

फुलांवरती नाचती पर्णभार,
मृत्तिकेचे थर रत्नशिरी घोर.

येई भरती तव हृदयसागराला,
शोकलहरींनीं रूद्ध कंठ झाला.

पदीं वाहसि हळु फूल गुलाबाचें,
चित्र तुझिया जणुं रम्य चरित्राचें.

हृदय अथवा तव प्रेमरंगपूर्ण,
चरणिं निर्दय मम होत असे चूर्ण.

जरी कुसकरूनी छिन्नभिन्न झाले,
प्रणयगंधानें विश्व भरूनि गेलें.

फूल सलवी ते चरणिं चित्तिं कांटे,
स्पष्ट सारें गतवृत्त पुढे थाटे.

वैभवाचें वैराण वाळवंट,
वरित होतों गृह त्यजुनि हरित शांत.

काय नयनांपरि हिरकण्या जगीं या,
दृष्टि मायेची खरी आदिमाया.

रत्नमालेला अश्रु लाजवीती,
राज्य इंद्राचें जिथें वसें प्रीती.

तुझ्या सहवासीं उटज राजवाडा,
तुझ्या सांगातीं भाकरीहि मांडा.

हृदयमंदिरिं भांडार कुबेराचें,
मधुर हास्यीं जणुं दिव्य उषा नाचे.

तुला सोडोनी जाउं कुठें देवी,
तुझ्यावांचोनी राहुं जगीं केवी!

नको मजला धनमान कीर्ति कांहीं,
फूल ल्यावें शिरिं, आस दुजी नाहीं.

कुमार, मनोरंजन, डिसेंबर १९२८,
पृ. ३३१

प्रेम गुणी

(जाति-प्रणयप्रभा)

कां उगिच खिन्न मनिं तूं रमणी?
नच मधुर रूपिं परि प्रेम गुणीं ।।धृ.।।

असे श्यामला गगनश्री जरि
हृदयरसाच्या वर्षुनी सरी
फुलवी वत्सल हास्य धरेवरि
धवल-नवल नच-रविचरणीं

सागरिका-तनु सदा सांवळी
अंतरिं विलसे परि मुक्तावलि
दूर देश करि निजकरिं जवळी
हरि विहरे पदिं, तिज भुलुनी.

मूर्ति चिमुकली बकुळ फुलाची
कांति न अंगीं चंपक तनुची
अखंड उसळवि सुगंध वीचि.
स्फूर्ति कविसि दे नव कवनीं

निशा कृष्ण दे उषा उज्ज्वला
घनश्याम हरि प्रिय राधेला
हृदय-कांति नच-जिंकि मनाला
घे त्यजुनि परिस कां हेम गुणी?

राखें माझिया वदन तव फुले
दुःखें लोचन दाटती जळें
दोहिंमुळें जी कांती उजळे
लाजवील ती रतिसि मनीं.

वि. स. खांडेकर, वनभोजन, (१९३५), १९२९, पृ. १४१

हिरवा चाफा

हृदयशिलेवरि कर्तव्याचे घाव सुखें घालुनी,
देवकळा आणिली, गमे परि चुकचुकल्यापरि मनीं.

पुष्पावांचुनि पूजा अपुरी, देवत्व न मूर्तिला,
प्रीतिकळीचा शोध जिवाचा ध्रुवतारा जाहला.

वणवल्यावरि उपवन दिसलें द्वारिं वदति अक्षरें,
''कळी हवी ती घेई रसिका, मात्र एकदां बरें!''

प्रवेशता मज संमेलन ते सकल फुलांचें दिसे,
पदोपदीं नवरंग दावुनी नयनां लावी पिसें.

विश्वामधले वात्सल्यचि वा सुमनमिषानें हसे,
घेति देवता पुष्परूप वा भास असा होतसें.

विविध विलासी वर्णांचा जणुं गर्व हराया पुरा,
सुगंध नांदति अनंत करिती उत्कंठित अंतरा.

निवडुं कोणती कळी कळेना जिव झाला बावरा,
इंद्रधनूंतिल रंग न सुंदर एक दुज्याहुनि जरा.

गुलाब, जाई, जुई, चमेली, मोहक सगळ्या कळ्या,
प्रीतीचा परि जुगार पेटवि चित्तीं चिंतानला.

उग्र मधुर तें सुगंध कोठुनि आकर्षी अंतरा,
उदयाचलिंच्या रविसम गमला तेजाचा मज झरा.

त्या गंधानें वेड लाविलें, उपवन मी धुंडिलें,
सुम चाफ्याचें हिरव्या भ्रमतां दूर बाजुला मिळे.

उत्कंठेनें तोडायाला कर केला जों पुढें,
रसिक चतुर उपदेश करिति तो कर्णपथावरि पडे.

'हिरवट पुष्पा व्यर्थ भाळसी नसे कपोलीं पहा,
लज्जेची जी लाली खुलवी गुलाब गाला अहा.

आवडता अति चांफा तर घे सुवर्णचंपककळी,
निवड एकदां, पस्ताव्यानें पालटेल ना मुळीं.

मन बावरलें तोच झुळुक ये तोच गंध घेउनी
मृगारंभिच्या मेघावलिपरि कळी मोद दे झणीं.

वीज अंतरीं असुनि वर्षि जशि जल ती पृथ्वीवरी,
प्रेममुग्ध करि चंपककलिका उग्र गंध जरि धरी.

हिरवा चाफा उग्रगंध जरि वृत्ति काव्यमय करी,
उत्साहाच्या आशेच्या नव वर्षि सरीवर सरी.

अनुष्टुप

सौंदर्या वेड वाटो हें, दुःख त्याचें न अंतरीं,
तोडिला हिरवा चांफा वाहिला हृदयावरी.
मोहिनी जगता घाली निशा नक्षत्रमंडिता,
मोहिते मजला साधी उषा जी ऋषिवंदिता.

वि. स. खांडेकर, मनोरंजन, मार्च १९२९, पृ. १६४

अधःपात

श्रीफल मंगल येउनि ज्यानें पान सुधेचें करवावें,
त्यांतुनि मदिरा हाय स्त्रवे !
कलाविलासा दावित सुंदर हस्तिदंत जो विलसावा,
द्यूतीं फांसा तो व्हावा !
सुगंध सात्विक सदा देति जीं चुरगळुनी तीं रम्य फुलें,
अत्तर उन्मादक केलें !
ज्योति चेतवुनि त्यागभक्तिची गाजवि कीर्ति जिची जाति,
तनुविक्रय करि ती युवती !
साधु गणुनिया विमल मनानें चरणतीर्थ जावें घ्याया,
पापकर्दमच परि पायां !

अनुष्टुप्

निसर्गीं स्वर्ग नांदेना ह्मणौनी मन मानवी,
धांवतें भलत्यापाठीं निर्मितें सृष्टी दानवी !

वि. स. खांडेकर, मनोरंजन, जून १९२९, पृ. ३८०

विरही

तव वियोग भासवि असार सारा हा सुंदर संसार ।।ध्रु.।।
मज फुलांचा शोक म्हणुनी
देति सुमनें जन, न गणुनी
कीं नीलनभाविण शोभा पावे नच तारासंभार ! ।।१।।
कांति कुठली सूर्यकांता
गेहिं नाहीं आज कांता
नच कृष्णकचांच्या पार्श्वभूमिविण पुष्पचित्र खुलणार ! ।।२।।
करिं जुईच्या सुकति कलिका
तव वियोगें काय शंका
ही चटकचांदणी मुळिं न उजळवी हृदयींचा अंधार ! ।।३।।
केशभूषासमयिं नित्य
वदन बिंबे आरशांत
तें दिसे न तेथें म्हणुनि खिन्नमुख मम घेई माघार ! ।।४।।
चित्र हंसरी मूर्ति दावी
क्षणभरी हो वृष्टि दावीं
परि पुतळी पाहुनि मुकी प्रीतिची तृष्णा कशी शमणार? ।।५।।
मौन धरिसी कृतककोपें
सुखवि शंका, हाय! लोपे
ते प्रतिचुंबिति नच अधर, कुठुनि मग आशेला आधार ! ।।६।।
ओष्ठ कपटी नाट्य करिती
विदित गालां ती न रीति
किति किति चुंबिले, निर्विकार ते बघुनि दु:ख अनिवार ! ।।७।।
स्कंधिं राधा वेणु अधरीं
मूर्ति हरिची हृदयहारी
ही आज अश्रुंना भरती आणी जरि दावी श्रृंगार ! ।।८।।
कर वरी मी करि पुसाया
अश्रु, जाई यत्न वायां
तव नाममुद्रिका दिसुनी द्विगुणित हो अश्रूंची धार ।।९।।

वि. स. खांडेकर, रत्नाकर, ऑगस्ट १९२९, पृ. ५८४

सावली- २

नच कळे कवींनी कां स्तविली
पतिव्रतेसी तुजला तुलिली ।।ध्रु।।

दिवस भरभरा नभीं वर चढे
पाठीवर रवि ओढि कोरडे
पाठ सोडुनी धांवसी पुढें
रवि देह रीत तव मन जाळी ।।१।।

त्रासुनि फिरवी जों वदनाला
तोंच गांठिसी क्षणिं पाठीला
स्वार्थाची तव चंचल लीला
तूं प्रभुसि देसि निज सहज बळी ।।२।।

किरणिं भाजतां बाजू उजवी
उभी राहसी धरूनी डावी
असिधारा शिरिं रवि जैं नाचवि
सर्पिणी लपसि तूं चरणतळीं ।।३।।

उन कशाचें? नभिंचा वणवा
पश्चिमभागीं पेटे तेव्हां
पूर्व आवडे तुझिया जीवा
तूं सुरक्षित जरी तनु जळली ।।४।।

अंधाराच्या कृष्णसागरीं
जागमाग मुळिं मिळे तव जरि
उदय पावतां प्रकाश-लहरी
शिरिं मिरविसि नौका जशी जळीं ।।५।।

बहुविध तापें जीव जगिं जळे
ज्ञानमानधन मिळती न जळें
आप्तसावली बघुनि मन भुले
ती सदा रक्षणीं निज रमली ।।६।।

वि. स. खांडेकर, रत्नाकर, डिसेंबर १९२९, पृ. ९३१

आश्रमांत

(जाति-बाल मुकुंद)

तुज शोधुं किती मी, लपसि कुठें काननी?
क्षण युगापरी, होइ अंतरीं । ये सखये धावुनी ।।ध्रु.।।

जरि सूर्य चालला हळुहळु अस्ताचलीं
कशि पर्णकुटींतुनि हांक न कुणि मारिली
तृण मृदुल दिसेना पात्र न भरलें जलीं
पाहते, मनीं भीत होउनी । हरिणी डोकावुनी

वनवेलींनीं किति सुंदर दिधलीं फुलें
जणुं नंदनवन या पर्णकुटीमधिं फुले
हीं वनदेवींचीं सकल लाडकीं मुलें
धरूनि त्या शिरीं खेळविल परी, कोण तुझ्यावांचुनी?

तव नयनांपरि नभिं चकमति नव तारका
तव मधुर स्पर्शा अनुकरिते चंद्रिका
स्मित देउनि जाशी निशिगंधाच्या मुखा
हृदय परि नसे, विफल होतसे । रजनीची मोहिनी.

तरू हृदयीं निजली भ्रमुनी विहगावली
नव सुमनें चंचल वेलींवरि झोंपलीं
तव विरहें हुरहुर अंतरिं किती दाटली
श्रांत मम शिरा अंकिं आसरा । द्याया ये मानिनी !

वि. स. खांडेकर, वनभोजन, (१९३५), १९३०, पृ. १३७

कां मुठींत कोंडिसि मला?

मुठींत कोंडिसि मला। जिवलगे ।
कां मुठींत कोंडिसि मला ॥धृ.॥

प्रीतिची रीति अभिनव ।
स्वातंत्र्य देसि ना लव ।
कर कारागृहिं घातला ॥१॥

सुम मृदुल मधुर, अंतरीं ।
नच अखंड गुंगे तरी ।
किति जरी भृंग लोभला ॥२॥

पथहीन गगनिं खग उडे ।
ये परतुनि घरट्याकडे ।
जरि कृत्रिम पाश न गळां ॥३॥

धन नसे मुठीमधिं कधीं ।
तरि दुथडी नाचे नदी ।
जणुं प्रयणपूर पातला ॥४॥

नच पूर्वपश्चिमा करीं ।
निज नाथ नभःश्री धरी ।
तरि तिचाच रविला लळा ॥५॥

जलवंती कंपित करीं ।
प्रतिबिंब इंदुचें धरी ।
परि मूर्ति सदा चंचला ॥६॥

अधरिंच्या सुधासागरीं ।
जो रमेल मीनापरी ।
करजाल काळ त्याजला ॥७॥

कररेषाजालाहुनी ।
स्वरजालिं अधिक मोहिनी ।
कशि फुलवि वना कोकिळा? ॥८॥

प्रीतिची ज्योति दावुनी ।
घे पतंग आकर्षुनी ।
अंधार नको कोंदला ॥९॥

करि लपंडाव हा पुरा ।
उघडुनी हृदयमंदिरा ।
मज दावि भाव-विठ्ठला ॥१०॥

**वि. स. खांडेकर, मनोरंजन,
मार्च १९३०, पृ. १७४**

अशोकवनांत

(कांचनमृगाची भुरळ घालून रावणानें सीतेचे हरण केलें. सोन्याच्या हरिणाला भुललेल्या जानकीच्या मनांत सोन्याच्या लंकेत गेल्यावर जे विचार येऊं लागलें त्यांचें शब्दचित्र खालील गीतांत रेखाटलें आहें.)

तुज पाहिन नयनीं कधि मनमोहन जीवा ही हुरहुर ॥ध्रु.॥

हृदय भुललें हेमहरिणा ।
मुकुनि बसलें प्रेमचरणा ।
तें पाप धुवाया निशिदिनी वाहे नयनामधुनी पूर ॥१॥

वनिं सुमांच्या मृदुल शयनीं ।
बसुनि बघणें नील गगनीं ।
ती परमसुखाची सीमा स्मरूनी दुःखें भरतें ऊर ॥२॥

मधुर सलिलें विमल गोदा ।
काननीं हे दिव्य मोदा ।
चहुंकडुनी वेढुनि सागर गर्जे येथ सदा भेसूर ॥३॥

फुलुनि डुलती वृक्षमाला ।
सुख न देती मम मनाला ।
तव कान्ति दावुनी आनंद न दे तयास त्यांमधिं शूर ॥४॥

स्कंधिं चमके चाप-चपला ।
अंगिं रूळती मेघमाळा ।
प्रियदेव असा कधिं हृदयजलानें ताप करिल मम दूर ! ॥५॥

कांचनाची करूनी काया ।
घालि लंका मोहमाया ।
नववल्कल वनिंचें स्मरूनि घुमति मनिं उत्कंठेचे सूर ॥६॥

राज्य चौदा चौकड्यांचें ।
म्हणुनि रिपुचा गर्व नाचे ।
क्षणिं कोदंडाचा टणत्कार तव करिल तयांचा चूर ॥७॥

जाळुनीया कनक-लंका ।
ऋषिजनांच्या पर्णकुटिका ।
करि निर्भय नाथा शरिं संहरूनी असुर सर्व हे क्रूर ॥८॥

वि. स. खांडेकर, यशवन्त, ऑक्टोबर १९३०, पृ. २७

ध्वजपूजन

(जाति-मोहिनी)

ध्वज न - देव अवतरला हा चला वंदनाला ।
हिंदबंधुभगिनी वाहूं हृदयसुमनमाला ।।ध्रु.।।

स्वतंत्रतादेवीचा हा बाहु मूर्तिमंत ।
पारतंत्र्यिं घालायाला घाव उंच होत ।
स्कंधिं पदर स्वच्छंदानें दिव्य गीत गात ।
वरदहस्त विजयश्रीचा सज्ज आज झाला ।।१।।

मातृभूमि विनता रुतली पारतंत्र्यपंकीं ।
निजवि सवत मृदु पर्यंकीं भुजंगांसि अंकीं ।
गरूड गगनिं फडफड करि हा प्रबल भव्य पंखीं ।
करिल झणीं खरनखरांनीं शत्रुकंदनाला ।।२।।

उन्मत्ता सत्ता हातीं म्हणुनि नाचसी कां? ।
धडपडसी बुडवायला उलथवुनी नौका ।
शीड उभे ध्वजरूपे हें देत धीर लोकां ।
गर्जगर्जसी रागानें सागरा कशाला? ।।३।।

धवल रंगिं हिमगिरिसंगें नांदतसे गंगा ।
हरित वर्ण वनलक्ष्मीचा शोभवीत अंगा ।
रक्तरंगिं अग्निज्वाळा जाळि जी अनंगा ।
भक्ति, भुक्ति, मुक्ती यांच्या ध्याऊं सगमाला ।।४।।

फेंकुनिया या बाळांनो रम्य खेळण्यांना ।
सोडुनिया या रमणींनो रत्नभूषणांना ।
तोडुनिया या तरूणांनो मोहपाश नाना ।
भक्त होउं ध्वजराजाचे करूं पूजनाला ।।५।।

हाच देव बंदीमधुनी सोडवील सर्वा ।
शक्ति हीच सत्तान्धाच्या हरिल धुंद गर्वा ।
हाच धर्म ज्यातें नाहीं भेदभाव ठावा ।
तीस कोटि बांधव धावूं म्हणुनि पूजनाला ! ।।६।।

वि. स. खांडेकर, यशवन्त, नोव्हेंबर १९३०, पृ. ५६

ध्येयास

तव प्रीति दावि मार्गाला-भय कसलें प्रेमला?
कोसळो सकल आकाश,
धैर्याची धरूनी कास
धांवुनी चांदण्या वेंचूं, आलिंगूं इंदुला

भूकंप येइ भिववाया,
तरि यत्न तयाचे वाया,
स्थिर नयनीं पाहत राहूं मणिराशी आंतल्या.

सागरा, प्रलयिंची भरती
तव नेवो कितिही वरती,
लहरींच्या बसुनि विमानीं न्याहाळूं भूतला.

ये धांवत झंजावाता,
धरूनिया भव्य तव हातां,
आनंदें नंदनिं जाऊं गुंफाया नव फुलां

वि. स. खांडेकर, वनभोजन, (१९३५), १९३१, पृ. १३६

सुधेस

कोपला देव, लोपली इंदुची कला
ये पळांत गृहगगनाला कशि अवसेची अवकळा !

मधुमधुर मोकळा गळा, लागला लळा
पंचमांत गायन रंगे तों व्याध विधि कोकिळा !

खुळखुळा जाहला खुळा हलेना लव
कीं गान लयाला नेई जग भुंगर हा अनुभव?

नच नेइ आज कां सखी अजुनि खेळण्या ।
पाहतो शून्य नयनांनीं चहुंकडे म्हणुनि पाळणा

हालतां वायुनें हळूच झबलें म्हणे
किति वाट पाहुं धनिणीची तिज दूर कुठें कोण नें?

मृदु बाहु उभारूनि हंसे तुझी बाहुली
ये लवकरि खेळायाला जणुं खुणावीत राहिली.

तव अधरिं नांदली सदा सुधामाधुरी
हालाहल नैराश्याचें हो सहज चुंबनें दुरी.

पाहुनी भासलें विशाल तव लोचनां
भवसागरिं लाभति भाग्यें ध्रुव दोन मार्गदर्शना.

घनकेश कृष्ण किति कुरळ मृदुल वल्लिका
मधु वदन सुमन चित्राची विधि रेखि पार्श्वभूमि कां?

तव मूर्ति चिमुकली स्वर्ग दुजा भासला
जणुं मुठींत चिमण्या ठेवी हळु इंद्र पदा आपुल्या.

निमिषार्ध उजळवी चपला गगनांगणा
हा सहज खेळ ईशाचा अंतरीं दुभंगवि घना.

पसरिला कालपट जगद्रंग भूवरी
प्रभु विविध भूमिका दावी नाचवी आपुल्या करीं.

येउनी मागुनी जासि बालिके पुढें
पडद्यांतुनि माझ्यासंगें बोलशील कधिं कां गडे?

मग विनविन देवा 'प्रभो, पुरें नाटक;
बैसलें बाळ बघ आंत मम मार्गीं लावुनि टक.'

वि. स. खांडेकर, यशवन्त, जानेवारी १९३१, पृ. ५०

सहगमन

(भावना आनंदाने स्वागताच्या पावलावर पाऊल टाकून जाते; बुद्धि मात्र जागच्या जागीं घोटाळत राहते.)

हुरहुरे स्मरूनि मन तव चरणा ।
थरथरे बघुनि तनु परि मरणा ॥ध्रु०॥

साधीभोळी सैनिकरमणी ।
चढे चितेवर हासत नयनी ।
दूर उभी मी असुनी राणी ।
कथु तळमळ आंतिल कशी कुणा? ॥१॥

मंचकावरी जणुं निद्रित वर ।
जवळी जाई बाला आतुर ।
विनवित अनला 'द्वैत दूर कर' ।
लाधेल धैर्य हें कधीं मना? ॥२॥

तुझ्यासवें मन माझें रमणा ।
देहाचा परि बंध तुटे ना ।
राघू गगनीं, पंजरि मैना? ।
मग संगम दुर्लभ दयाघना ॥३॥

चिता भडकल्या किति भंवताली ।
धडधडत्या ज्वालांच्या तालीं ।
स्वर्ग गातसे, मी पाताळीं ।
शोधिते अंधतमि मम किरणा ॥४॥

ज्वाला नच या विजयपताका ।
पतिव्रताबल दाविति लोकां ।
फडफडुनी जरि मारिति हांका ।
पद पुढे पडेना भिउनि रणा ॥५॥

पोटीं घालुनि हे दुबळेपण ।
मला आपुली तू राया म्हण ।
स्वर्गी जाउं नको मज विसरून ।
बघ पदर पसरिला करि करूणा ।।६।।

वि. स. खांडेकर, यशवन्त, मार्च १९३१, पृ. १११

दंवबिंदूंचें गाणें

बाळ होऊं या । खेळ खेळूं यां ।
सृष्टीलाही खेळीमेळीं बाळ करूं या ।।ध्रु.।।

आकाशाच्या अंगणात । प्राजक्तांचा सडा होत
फुलवाया पृथ्वीलागीं प्रेम वर्षूं या ।।१।।

घालूनीया नित्य पाणी । श्रमली ना वर्षाराणी
बाळें तिचीं हळुहळु जळ सिंचूं या ।।२।।

रूसोनीया पानांआड । बैसल्या ज्या कळ्या द्वाड ।
लाडें लाडें त्यांना गोड हंसूं आणू या ।।३।।

विश्वाच्या या भव्य वृक्षीं । तारकांचे दिव्य पक्षी
डोलवाया तरूमूळीं जळ घालूं या ।।४।।

किती उंच अंतराळ । भूमि भासे खूप खोल
वायूचा हा हातीं सोल भीति कासया ।।५।।

मरणाचे भय कोणा । प्रेमा मृत्यू नाहीं जाणा
होउनीया मोतीदाणा पर्णी नाचू या ।।६।।

साईसुट्य म्हणूनीया । रानीं धांवूं या लपाया
तृणपर्णामागें उगी सारे बसूं या ।।७।।

मांडूं ऐसा लपंडाव । शोध शोधो सूर्यदेव
हातीं त्याच्या लागतांना हांसूं नाचूं या ।।८।।

किरणांच्या विमानांत । वायूवारी झोंके घेत
प्रेमगीत गात गात घरीं येऊं या ।।९।।

वि. स. खांडेकर, यशवन्त, जून १९३१, पृ. १९

वंचना

तुजमागुनि अजुनी धांवूं सांग किती मोहने ।।धृ.।।

तव नजर नाचरी गहिरी
क्षितिजावरि चमकवि लहरी
मंजिरी कुंतलीं डोले गंध तिचा भान ने.

मोहिलें मधुर गंधानें
जणुं गंधर्वाच्या गानें
मन होइ अंध धुंदीनें, ध्येय तया शोधणें.

"वरि मायावी शृंगार
अंतरीं परी अंगार"
ऐकिली विहंगम-वाणी ही श्रवणें, नच मनें.

सोडुनी वनाची माया
लागलों सखे धांवाया
परि दूर दूर तूं जासी, विफल दिसे मम जिणें.

सुममृदुल तृणाची शय्या
वेलींची शीतल छाया
जल निर्मल निर्झरिणींचें-कां स्मरणें लाभणे?

धांवुनी जीव बघ भागे
ये व्याध वधाया वेगें
लपुं कुठें? वालुका सारी नच येथें घनपनें.

हा हाय! प्राण घे बाण
सावरे न आतां मान
क्षणभरी घेसि जरि अंकीं, नंदनिंचें सुख उणें.

हांस तूं निर्दये दूर!
मधुगंधाचा ये पूर
कस्तुरी अंतरंगींची मम विलया मोह ने.

वि.स.खांडेकर, वनभोजन, (१९३५),१९३२ पृ.१४४-१४५

तिचीं फुलें

''सासरीं फुलें किती फुलतीं?
कुणावर अधिक तुझी प्रीती?''
माहेराला आली बाला, हंसुनि माय बोले
जाहले उत्कंठित डोळे

भाउजी भाऊ जणुं माझे,
मुके तरि तेजें मुख साजे,
गंधहीन परि गुंफिति कुंतलिं अबोलिचे झेले,
भाउजी तसेच मज गमले

नाजुक मधुर जुईजाई
भासती तशा सासुबाई,
सौम्य मूर्ति परि प्रेम अंतरीं अथांग भरलेलें,
सुगंधें मन मोहुनि गेलें

वन्सं रुसुनि फुगुनि बसती,
सुरंगी माळ कळ्यांची ती,
उमलल्यावरी भुलुनि धांवती भृंगांचे मेळे,
चिमुकलें फूल जरी असलें

तिकडली बोलुं काय बोला,
निशिदिनिं गुलाब फुललेला,
कांटे त्याचे करिति गुदगुल्या, नवल असें झालें,
सुगंधी नंदन अवतरलें

वि. स. खांडेकर, नवजीवन मार्च १९३२, पृ. १

भाताच्या मळ्यांत

(जाति-भूपतिवैभव)

हळु मळा झुळझुळे सळसळत्या भातानें
जणुं झराच अवखळ खिदळत जललहरीनें.

चहुंकडे हांसतो चिमणा सागर हिरवा
कुणि म्हणोत इरलीं फिरतीं इवल्या नावा.

किति उदार सागर लपवि न कधिंही मोतीं
नव तुरे तरंगति खालीं, भवतीं, वरतीं.

मृदु संगीताचे येति मधुनि मधु सूर
जलदेवींचें जणुं गान, लावि हुरहूर !

दे पार्श्वभूमि, जरि भिन्न, रम्यता चित्रा
या उभारिलें कां म्हणुनी तारायंत्रा ?

हे स्तंभ उंच नच-विजयें गाति निशाणें
'कां कळेल हृदया, बुद्धि सहज जें जाणें ?

मृदु डुलती भातें, वाजवि वायु सतार
परि गीत निरर्थक धरणीलागीं भार !

या तारा अमुच्या-पाश! बांधिले देश
आणितों क्षणोक्षणिं विविध रम्य संदेश !'

ये रमत पाखरूं एक-चिमुकलें
तारांवरि झाडुनि पंख-बैसलें

हळु शीळ घालितें मंजुळ रंगुनि नादीं
संदेश ऐकुनी कीं तीं गाणीं साधीं ?

भाताच्या मळ्यांत - वि. स. खांडेकर, वनभोजन,
(१९३५), १९३३ पृ. १४६

कधिं पाताळांतुनी

‘कधि पाताळांतुनी
ये वरी बळिराजा हा गुणी ।।ध्रु.।।

तुफान दर्या गेला खवळुनि
लाटा उठती क्रूर वाघिणी
हांसत होडी आंत घालुनी
रांपण ओढी कुणी । शिकारी रातभरी जागुनी ।।१।।

धरणीचा जणुं भव्य मनोरा
माड झुले वरि सैरावैरा
भयभीतीला मनीं न थारा
चढे झरझरा कुणी । शिपाई बाहुमधीं कवळुनी ।।२।।

उन लखलखे नभिं, तरवार
अंगिं वार करि वारंवार
शुभ्र मिठानें फुलवी आगर
कवि वेडा जणु कुणी । फुलांची रास करी उपवनीं ।।३।।

पाताळांतिल मधुर मासळी
आभाळांतिल गोड शहाळीं
मीठ लपे जे दर्याच्या जळिं
अन्नहि भूमींतुनी । आणितो बळी सदा झुंजुनी ।।४।।

हाय! पहा परि राजाच्या घरिं
मीठ भाकरी नसे दुपारीं
बाळ वळवळे - चून तरी न करिं
कुबेर असुनी जनीं । जाहला करटीचा हा धनी ।।५।।

इंद्र धुंद मधु - नृत्य - गायनीं
घडिघडि धुंडि नव इंद्राणी !
बटु वामन, बघ उघड्या नयनीं
ये अवतरूनी झणीं। बळीला बसवी सिंहासनीं ।।६।।

वि. स. खांडेकर, प्रतिभा, २५ सप्टेंबर १९३३

सांगड

'संसार भयंकर-सदा वादळी दर्या'
गुणगुणे गीत कुणि, उतरे याची चर्या!
केव्हाच उतारू गेले होडीतून,
पाण्यात उभा हा पाहत पिवळें ऊन!
तें ऊन न-निर्धन हृदयाची जणुं छाया,
भासती काळसर उदास हिरव्या राया!

झरझरा उतरतें खाडीमधलें पाणी,
मन रंगुनि लागे गाया मोहक गाणीं-
'सुकतीची ओढच जगतीं प्रीतीवाणी!'
पाहतां भाट परि थांबे मंजुळ वाणी.
'संसार भयंकर-भासे करूणकहाणी'
मनिं चरण आणि ये पुढें जिवाची राणी;

'किति अफाट दुनिया-ताउज आणिक होडी
ही दौलत माझी! काय यामधें गोडी?
ना समुद्रफेना ये मोत्याचें मोल!
मासळीस सुख कां पाण्यावांचुनि खोल?
मी गरीब तारी, तू सुंदर जलराणी
कधिं चढे अढ्याला पावलिचें कां पाणी?'

'मी गरीब तारी' वदुनी वळवी मान
डोळ्यांत जाहले गोळा पंचप्राण!
करिं धरूनी होडी बाला हळुच विचारी
'तुम्हि गरीब-मग हा खर्च कशाला भारी?
तशि तार न मोठी! कुठुनि आणले होन?
कां सांगड केली होड्यांची या दोन?'

'हें काय बोलणं? सदा वादळी वारा
होडीस एकल्या इथं न पळभर थारा!

ही तार भयंकर-सांगड करि सांभाळ!'
'हो खरं-!' म्हणे ती; हंसे वरी आभाळ!

-ही तार भयंकर! बुडे एकली होडी!
संसार भयंकर-म्हणुनि हवी जगिं जोडी.

जलदेवी चुंबन वांकुनि रविराणा घे
ये सांज सावली, हिरवें जग परि अवघें!

वि. स. खांडेकर, नवजीवन, सप्टेंबर - ऑक्टोबर १९३३, पृ.८

पणती

घरिं एकच पणती मिणमिणती
म्हणुं नको उचल चल लगबग ती ।।ध्रु.।।

अगणित बांधव बघ अंधारीं
किर्र रान! भय भवतीं भारी
चरणिं जिवाणूं! भरे शिरशिरी
यमदूत - न कीटक - किरकिरती ! ।।१।।

काळोखाच्या भयाण लाटा
उठती, फुटती बारा वाटा
फेंस पसरला सारा कांठा
कुणि म्हणो तारका लुकलुकती ! ।।२।।

दिवे विजेचे धनिक मंदिरी
प्रकाश पाडिति परोपरी जरि
स्नेहशून्य ते सदा अंतरीं
का करिसि तयांची शिरगणती? ।।३।।

अखंड नंदादीपज्योति
दगडी देवा सोबत करिती
नच बाहेरी क्षणभर येती
अप्सरा विलासी ! त्या न सती ! ।।४।।

धावं म्हणुनि तव घेउनि पणती
हृदय नाचुं दे तिज सांगातीं
सोन्याचें घर-दिसते माती !
रे पाहसि मागें वळुनि किति? ।।५।।

पहा पुढे क्षणिं दीन लोचनीं
रविकिरणांचें स्मरण होउनी
आशा नाचे ! ज्योत दुज्या क्षणिं
जरि विझे कोण तरि करी क्षिति? ।।६।।

वि. स. खांडेकर, प्रतिभा, २० नोव्हेंबर १९३३

माझीं फुले

सुरंगी-बकुल-पारिजात
सुगंधी सुमनांची जात
सोडुनि, धुंडीं गंधहीन मीं, असो अध:पात!

नेसुनि नवी निळी साडी
हांसवि उदास ओसाडी
मोरपिसापरि गोकर्णीची कलिका मन ओढी.

झुंबर सुबक झोंकदार
शोभवी तेजाची धार
जास्वंदी जणुं मूर्ति सतीची मोही अनिवार

हांसरा सदा सर्वकाळ
लाडका धरणीचा बाळ
सदानंद रवि, भरूनी आलं किती जरि आभाळ

चुंबिना यांना मधमाशी
रमति न रमणींच्या केशीं
सुखासुखी करि देव न जवळी-तो तर गुलहौशी.

अत्तरें देति जगताला
कशाला हृदयहीन काला?
संजीवक मधु सुधा लाभते सहज जरी सकला

वि. स. खांडेकर, उल्का, १९३४, पृ. २०२

हा हिंद देश माझा

''हा हिंद देश माझा' गाती सभेत बाला
गुंगूनि गीतनादे धरितात लोक ताला
कृतिशून्य शब्दजाल जणुं गंधहीन माला
बाहेर मंदिराच्या निज दीन बंधु बघुनी
हा हिंद देश माझा आणी मनीं न कोणी

'हा हिंद देश माझा' गर्वे कशास गावें?
कां पंजरांत रमुनी नभ जिंकितील रावे?
रणदुंदुभीपरी कां वदतील बोल पावे?
विझवूं शके न झंझा ज्योतीस ज्या विजेच्या
मुखिं गर्जना तिची कां शोभेल काजव्याच्या?

सुखशैलिं चांदण्यात गासी खुशाल रसिका
अंधार घोर खाली ग्रासी अनंत लोकां
क्षण एक थांब ऐक आक्रोश दीन हांका
चल धांव घे दरींत गा दीपराग गानीं
फुलतां प्रकाश तिमिरीं येतील शैल चढुनी'

वि. स. खांडेकर, उल्का, १९३४, पृ. १३४

रात्र नको चांदणी

(जाति-मंजरी)

गुरुशुक्र होउनी अमरपदीं अंबरीं
चिरकाल चमकणें-आस नसे अंतरीं.

ध्रुव अढळ दावितो मार्ग जगा वादळीं
जरि भाग्य न भाळीं, खेद मना ना मुळीं.

मी मंद तारका अनंत गगनांतली
कुणि रत्नराशिमधिं शोधिल कां शिंपली?

निखळुनी एक दिनिं पडणें पृथ्वीवरी
मम जीवनसीमा, कधींच कळली परी !

ये धांवत मरणा-रेंगाळत येइ वा,
मधुगीत गात ये, म्हणेन मी वाहवा !

तव शीत शरीरा प्रेमें आलिंगुन
आनंदें घेइन अखंड मधुचुंबन.
ये केव्हांही, परि रात्र नको चांदणी !
तुटतांना वाटे जावें तम उजळुनी.

वि. स. खांडेकर, वनभोजन, १९३५, पृ. १४२

काळरात्र

(जाति-केशवकरणी)

कडकड कडकड वीज कडाडे, कळे न कोठें पडे !
झोंप परि डोळ्यांवरली उडे.
अंबरीं कोंडिल्या पंजरिं कुणि वाघिणी,
बाहेर येति त्या आतां चवताळुनि !
उसळती बिळांतुनि पिवळ्या वा सर्पिणी
वाऱ्याचे फूत्कार भयंकर ! कोसळती कीं कडे !
बापडें मन खालीं सापडे

काळरात्र विकराळ मांडिलें तांडव चोहिंकडे,
एकटें हृदय भयें धडधडे.
अंधारधुराचे लोट वरी नाचतां
भासले धुमसले सकल जगाची चिता !
नच विजा चमकती ज्वाळा नभ चुंबितां
गडगडाट हा मेघांचा की कडकडतीं लांकडें,
वाढुनी काय ठेविलें पुढें?

कालदूतिका उघडि निज मुखा, नच साधें सांकडें,
फुटतिल जीवांचे बुडबुडे !
ये अशी कल्पना जों न अमंगळ मनीं,
दृढ बाळ बिलगलें झोंपेमधिं दचकुनी,
क्षणिं मूर्तिमंत मज लाभे संजीवनी.
काळरात्रि तव विकट हास्य हें करिल काय वांकडे?
जोवरि कुशींत चिमणें दडे.

वि. स. खांडेकर, वनभोजन, १९३५, पृ. १४३

पाकळ्या

(जाति-मंजरी)

१) मतांतर-

मधुमीलनकालीं जासि सखे बोलुन
'धांवती कसे दिन बाई हरिणाहुन'
घडिघडी घोकसी विसरुनि वच तें परी'.
'चालती मंद दिन गोगलगाई परी'.
'स्त्री चंचल' वदतां, गुणगुणसी लाजुनी
'जगिं मातृमनाहुनि अधीर नाहीं कुणीं'.

२) दिग्विजय-

संदेशहारि करि वायूसही चंचल,
नाचवी विजेला धरूनि सहज अंचल,
आणील गावया रंभा वा उर्वशी,
फडकते पताका मनुजमतीची अशी !
ये विजयानंदीं शंका पण दारूण-
जिंकील निरंकुश मानव कां निज मन?

३) वर्षाकाळ-

दिनरात धांवपळ करूनि नद्यानिर्झर
बांधिती रत्नमय नव सागरमंदिर.
रवि सहस्रकरिं ने लुटूनि त्यांतिल मणि,
श्रमजीवनिं लाभ न ! सत्ताधारी धनी !
कां करिसि काळजी परि तूं जनसागरा?
ये परत संपदा संवत्सरिं मंदिरा.

वि. स. खांडेकर, वनभोजन, १९३५, पृ. १४८

फुलासारखे केवळ कोमल

फुलासारखे केवळ कोमल देउ नको रे मन मज देवा
असती सुंदर हसरी सुमने-जग आहे परि जळता लव्हा!
"हवे काय मग पाषाणाचे कठोर मन तुज?" देव विचारी!
"नको मला मन संगमरवरी अचल, अमर, परि ते अविकारी!
जखमी जीवन विव्हळते हे सदैव भवती सुकल्या ओठी?
ओलावा त्या कसा मिळावा पाषाणाच्या सुकल्या ओठी?
हृदय फुलांचे कधि कमळापति हसले लाजत हळु पाषाणी!
रमेल का कधि सुगंध जगती कवच शिळेचे अंगी लेवुनी?
रविकिरणांच्या मधुरस्पर्शे सूर्यफुलासम मी उमलावे
संकट राक्षस विकट हासता वज्रापरी मी अभंग व्हावे
सुरेख संगम साधिल सहजी हवे मला मन असे दयाळा
अश्रु उभे का हे तव नयनी? "शक्य न!" वदती ते जणु बोला
मृदुतेसह जागी कठोरतेचा शक्तीसंगे भक्तीचा जरी
असेल संगम केवळ मृगजळ कृपा एवढी करी श्रीहरी
रुग्ण बालका हसवित फुलवित सहज सुमन मम कोमेजू दे
माळावरल्या मुशाफिराला क्षणभर रिझवू दे वा मोदे-
पाषाणाचे खुशाल दे मन एक चरणि परि विनम्र विनंती
प्रसन्न होऊन कधी तयातुन नकोस निर्मू सुंदर मूर्ती
आकाशाची विटकी चादर-धरणीच अन् जीर्ण कांबळे
याविण ज्यांना जगात नाही झोपायला वस्त्र लाभले
तळमळणाऱ्या अशा जिवांनी स्वप्नातील आनंद लुटावा
म्हणुनि मनाची माझ्या त्यांना उशी सदोदित देई देवा!

कुमार, मंगलवाचन, १९५०,
(पुनःप्रकाशित - आरती एप्रिल, मे १९९७)

घळघळ गळती तिची आसवे

घळघळ गळति तिची आसवे
पुसू शके ना बालक हाते
थरथर कापत उभी माउली
भग्न हृदयिचे रुधिर वाहते-

जखम आईच्या काळजातली
युगे युगे ती वाहत आहे
बुद्ध, ख्रिस्त अन् गांधी आले
गेले, तरि ती तशीच वाहे-

असंख्य, अगणित अश्वत्थामे
असंख्य, अगणित त्यांच्या माता
रात्रंदिन दिसता भवताली
व्याकुळता मम येते चित्ता-

विश्वाचा हा वैभवशाली
राहू दे संसार श्रीहरी
फाडून शेला अंगावरला
जखम भयंकर बांध लवकरी-

वि. स. खांडेकर, एका पानाची कहाणी,
१९६०, पृ. ३०८ - ३०९

खेळ

खेळुं नको ग खेळ
प्रमदे ! नको नको हा खेळ !
मावळत्या मम जीवनिं नाहीं या खेळाला वेळ ! ।।धृ.।।

सलज्ज, सस्मित बघशी कां अशि?
पदर सारखा उगाच करिशी ।
हालचाल ही या हतहृदयीं झुलवित कां हिंदोल? ।।१।।

कटाक्ष कसला? सहज काजवा
मुरडत जाई धुंद हो हवा ।
ज्योत चिमुकली फुलवि अंतरीं कशि सुकलेली वेल? ।।२।।

यौवन करिते क्रीडा नटखट
नाचवि नाजुक केसाची बट ।
ना वरसी हा नागपाश तरि निमिषी नाव बुडेल ! ।।३।।

मुग्ध मधुर तूं, दग्ध अधर मम ।
सूर्यफुली तूं निरूपम, मी तम ।
भिन्न सुरांतिल तारांचा ग कसा जमावा मेळ? ।।४।।

वि. स. खांडेकर, आलमगीर, दिवाळी अंक १९६२, पृ. ३

चार अभंग

(१)

'आत्मा वाजवितो शरीर सतार । काढी इष्ट सूर परोपरी'
ख्रिस्त बुद्ध, गांधी, वंद्य साधुसंत । जीव सत्प्रवृत्त कितीतरी ।
दावूनिया गेले सत्य हे वचन । मानिती प्रमाण जन जरी ॥
अनुभव भिन्न, देहपूजेविना । अन्य साधनांना घरोघरी ।
अर्धसत्ये सारी अशीच भोंगळ । मांडीती गोंधळ घरीदारी ॥

(२)

आत्मा आणि शरीर । अर्धनारी नटेश्वर ।
दोही मध्ये भेदभाव । हा तर मुळावर घाव ।
आत्मा पंगु देहाविण । पुरलेले गुप्तधन ।
देह अंध आत्म्याविण । रथ सारथी विहीन ।
मिळूनिया तेलवात । उजळते दीपज्योत ।

(३)

येथे पशू तेथे देव । मधे उभा हा मानव ।
दोघे सांगताती चक्क । त्याच्यावर पूर्ण हक्क ।
सदा चाले रस्सीखेच । न्यायाधीशा मोठा पेंच ।
कळे पुण्य आणि पाप । हाच वर, आहे शाप ।

(४)

तापुनिया जाळावरी । दूध मग साय धरी ।
अग्निदिव्य केल्याविणा । कस लागे ना सुवर्णा ।
भाजुनिया टाकि ऊन । मग पर्जन्य वर्षण ।
नाना दुःखे आधिव्याधी । भोगल्याविना आधी ।
कुणा कळले जीवन? ते तर घोर अरण्य ।

वि. स. खांडेकर, आलमगीर, दिवाळी अंक १९७५

शाम माझा पाहिला का?

शाम माझा पाहिला । का कुणि बोला ।।धृ।।
मूक का तू मंजु कुंज ।
रूसली वेणु विमला मधुरा ।।१।।

(छाया- १९३६)

कुणितरी लाजत पाहत का?

कुणितरी लाजत पाहत कां?
हळु हांसत कां, नच बोलत कां?
मनिं मूक एक कां बाला?
लगबग कां मग बाग बहरला?
वाजवि दारीं, पाउल स्वारी
गालिं लालि ही लीला
नांव घ्या गडे, जा मग दारीं
नाचत नयनीं लाजत वदनीं
गोड बोल तो बोला.

(देवता- १९३९)

या या, राया

या या, राया, हांसत या या
या या, राया, नाचत या या
गात कोकिळा, गडे मंजुळा, गाया या या
वृक्ष डोलती, लता नाचती, गाया मधुमाया.
राई मोहरली ही
प्रीतीची नवलाई
गुंजत गुंगति छाया
भुलुनि चालली तुमची राणी,
कांपे काया, या या, धराया,
चपल खार जणुं मुरडुनि पाही,
या या, राया, हांसत या या

(देवता- १९३९)

सख्या राया,

सुशिला : सख्या राया, या या
गडे या खेळाया
कळी ही गाइ, करा हो घाइ
मनीच्या देवा या
कलिके आस भोळी, चल गे हांस गाली
प्रभूला ध्याउं-प्रभूला गाउं-प्रभूला पूजूंया

प्रेमा : नाच नाच किरणा, हांस हांस सुमना
रुसला छकुला आज काय चिमणा?

सुशिला : सखि भृंग दूर भुलला,
परि देवराय अपुला
न दया सखया,
हृदया उगा कां वाहूं या?
उजळवि जगता ज्योति जळुनि ना?

प्रेमा : हांसूं, नाचुं खेळूं, गाऊं

दोघी : प्रभुला ध्याऊं या

(देवता- १९३९)

मोहपाशी गुंतसी कां मम जीवा?

मोहपाशीं गुंतसी कां मम जीवा?
विसरूनि जा ना, विसरूनि जा!
मोही काय माया?
मृगजल प्याया, शिणविसि काया
वणवण वाया! विसरूनि जा ना

(देवता- १९३९)

मधु हांस बाळा

मधु हांस बाळा हांस ना
हंसुनिया माझ्या चिमण्या,
नव-गंध दे ना जीवना.
पहा लगबग लपले कांटे
मन फुलवी स्मित मोहना
उमलुनि माझ्या सुमना
मधु गन्ध दे ना मोहना

(देवता- १९३९)

धांव पाव नंदलाल

धांव पाव नंदलाल, बोल गोड बोला
अन्तरिंचा हा, छकुल्या, शांतवी उन्हाळा !
दूर दूर नेइ क्रूर दैव वासराला,
हंबरूनी आई पहा आळवीत बाळा
        भासत जग हें उदास,
        स्वप्निं तुझा मधुर भास
एक मुका, देइ सख्या, जीव हा भुकेला

(देवता- १९३९)

एक होता राजा

एक होता राजा, एक होती राणी-
अचल तयांची अनुपम प्रीति ।
दिव्य तयांची सुंदर नगरी ।
महाग मुंबई जणुं दुसरी ।
राणी बोले, काय खर्च हा?
बोले राजा, सर्व उधार ।
या हो, घ्या हो, कुणी माझीं । फुलें ताजी ।
कुणामागूनी धावूं? फुलें कुणाला वाहूं?
चल ये साजणी गुंफू हार। प्रणयाचा ।
बुलबुल गुलगुल प्यारा बोले ।
तळमळ भारी चाले ।
रुसली जिवाची बाला ।
राधे इतुका कशाला । धरिला हरिशीं अबोला ।
यमुनाजळि खेळुं खेळ कन्हैया कां लाजता?
हालती कशा या लाटा ।
फुलतो शरीरीं कांटा । बाई कांटा ।
कां हो दूर रहातां?

(सुखाचा शोध- १९३९)

सखि का रुसली...

उषा : सखि कां? रुसलि फुगलि कलिका ।
मीरा : बाहुला आवडला ताईला नवरा ।
उषा : सखि कां? रुसलि फुगलि कलिका ।
मीरा : लाजरी बालिका ।
उषा : गोड हांसे तारका ।
उषा : सखि कां? उमलत नच कलिका ।
प्रेमला बावरली ही बाला रसिका ।
मीरा : नाहीं कोणी पहात गे बोल ना!
उषा : बाई बोलें नयन नयना ।
मीरा : हंसुनी कांहीं मागा गडे ।
उषा : काय मागूं कोडें पडें ।
दोघी : मंद मधुर हा सुगंध कसला ।
निशिदिनीं मनीं भरला ।
उषा : सखि का?
मीरा : कलिका ।
उषा : उगि कां?

(सुखाचा शोध- १९३९)

मम मनी हास ना रमणा

मम मनीं हांस ना रमणा ।
क्षणभरीं हांस ना रमणा ।
गरीब मी प्रीतिपूजा । घेई राजा ।
वाहूं द्या सुमना ।
ओढितां जवळि किती मजला ।
जा गडे, काय भय न मना?

(सुखाचा शोध- १९३९)

भुलवी नरा हंसुनिया बाला

भुलवी नरा हंसुनिया बाला ।
अधरीं धरी सुधेचा प्याला ।
गालिं लाली गुलाबी, पहा शराबी ।
पीताचि हा सुखी झाला ।
नाचति नयना ललना ।
रोंखुनि बाणा। घेई प्राणा ।
हरिणी न ही शिकारी बाला ।

(सुखाचा शोध- १९३९)

अशि लाजे कुणाला राधिका

उषा : अशि लाजे कुणाला राधिका ।
सखि लाजे कुणाला राधिका ।
मुख लपवित का?
मनीं मुकुंद मंजुळ गुंजुनी ।
रुंजुनी गुंगवी कां?

बाळ : शोधिति या। धांवुनिया ।
छुम छुम छुम छुम गोपी या ।

मीरा : या या या । शोधा या । लगबग ।
लगबग साऱ्या या ।

उषा : किति लबाड हरि हा बाई ग ।
दूर मुरारी राहुनी ।

मीरा : हळु लावित मुरली अधरां ।

उषा : सखि, धांव घेइ चतुरा ।
वनिं माधव लपुनी बसला ।
मनिं कुंद कुंज फुलला ।

(सुखाचा शोध- १९३९)

रुसला कान्हा

रुसला कान्हा, जा जा ग जा ना का रुसला रुसला कान्हा-
का रुसला, रुसला कान्हा
बाई गं रुसला कान्हा ॥
घागर भरली, कुणि ना फोडी
झोंबुनि पदरा, कोणी ना ओढी
आळवूनी आणा, जा जा ग जा ना
का रुसला- रुसला कान्हा ॥
मधुदान कुणा देऊ कधि गोकुळि ये राणा
गुंजत ये कुणी मागत ना, कुंजि चुंबनांना
का रुसला माझा, का रुसला
रुसला कान्हा, बाई ग रुसला कान्हा, सखे ग रुसला कान्हा ॥

(लग्न पहावं करून- १९४०)

मी अलबेली

मी अलबेली । छेलछबेली ।
या हो राया । वनि विहार कराया ।
कराया, धराया, सख्या या ।
जाई पदर हा । हळुच गळुनिया ।
वायु छळित रे । बघ राया ।
अजुनी येईना कशी माया ।

(लग्न पहावं करून- १९४०)

लाजत लाजत पाहसि

लाजत लाजत पाहसि ताई
सांग कुणाला ग?
शोभति मोती किति हे भाली
शालु भरजरी कशी ल्याली
लालि दिली ग कुणि गाली
वहिनी धावति या कशाला
व्याकुळ राधा शोधि कुणाला
हसली बाला हा हरि आला
पाहु चला ग, पाहु चला

(लग्न पहावं करून- १९४०)

हास हास ग बाले

हास हास ग बाले । चांदणे अंगणी आले ।
नाच नाच ग बाले । चांदणे मंदिरी खेळे ।
    कानात वायु हा बोले ।
    काया का फुलूनी डोले ।
हास हास ग बाले । चांदणे अंगणी आले ।
    हासती तारका, कलिका ।
    सखी आली मंगल घटिका ।
आनंदे जग हे डोले । हास हास ग बाले ।।

(लग्न पहावं करून- १९४०)

जरा हासून बघ मोहिनी

जरा हासून बघ मोहिनी,
     चटकचांदणी-
     चपळ नागिणी, राणि ग-
गोड घडी, सोड सखि अढी,
     फुलत बघ कुडी-
     गाइ हीं गाणीं, राणि ग-
दश-दिशांत फुलली केतकि ग,
     तुझी ग मूर्ती
     मनीं पाहुन लाजे रति
सुनि रुसली महालीं उशी, अधिर किती-?
     हास चल ग उर्वशी,
     नवी प्रीत कवळि काकडी-
लुटुनी घे ग, मधुर मधुर ही घडी-
खोटी नको ग लाज, कर शृंगार साज
साजणि ग, राणि ग-

                     (लग्न पहावं करून- १९४०)

नाचत नाचत गाई पांखरा

नाचत नाचत गाई पांखरा ।
      माझ्या रे पांखरा ।
किलबिल ये कानी । झुळझुळ वाहे पाणी।
नारळी-पोफळी गाती । या हासऱ्या ।
हसती पहा फुलें । किरणांचे झोले ।
गुणगुणती गाणीं । कुजबुज ऐकोनी ।
सागरीं नाचती लाटा । या लाजऱ्या ।

(लग्न पहावं करून- १९४०)

हसुनी कां दूर जासी

बापूराव : हसुनी कां दूर जासी-लाजत बघसी काय अशी ।।
चिमी : कुणि येइल का, कुणि पाहिल का, मनिं राहिल का
      गुज माझें ।।
बापूराव : कुंजवनीं हरी लपत छपत ये-रुसली कशि राधा ।।
चिमी : गंध मनोहर धुंद करी हा-बोलेना बाला मोहना ।।
बापूराव : गुंफूं गडे नयनांची प्रेममाला-अधरांची प्रेममाला ।।
      हसुनी कां दूर जासी-लाजत बघसी काय अशी ।।
चिमी : सखया कां दूर जासी-

(लग्न पहावं करून- १९४०)

नाहीं हो पाहत कोणी

नाहीं कोणी । नाही हो पाहत कोणी । या धांवोनी ।
किती शिणले डोळे दोन्ही । मनिं झुरे तुझी रे राणी ।
वाजति टापा, ऐक गडे । झाले बाई मन वेडें ।
क्षण थांब, शूर सरदारा । उघडितें दारा । कुणि ना सदनी ।
मुरली तुझी राया । फुलवुनी ही काया डोलवी ।
वडाखालीं ये रमणी रानी । बघते नाहिं कुणी ।।

(अमृत- १९४१)

चंदनी पाट

चंदनी पाट, चांदीचे ताट ।
चंदेरी शेला, माझ्या भाऊरायाला ।
हांसे चांद वरी, दादा कोठें दिसेना ।
दिसेना, हसेना, ताई दारी उभी ना ।
कोणी डोळे पुसेना ।।
या हो या भाई, करा हो घाई, ओवाळणीची ।
लोपे चांद जरी, ताई हासें पहा ना ।
चलाना, हसांना, ताई नाचे पहा ना ।
आला दादा घरीं ना ।।

(अमृत- १९४१)

अंध मला हा भृंग

सदानंद : गमे सखि, अंध मला हा भृंग-
कमलिं असा कां गुंग?
कसा हा ! अजुनी असा कां गुंग?

लता : भुलवित राधाबाला कृष्णसखा हा
प्रणयीं पहा ना गुंग

सदानंद : गमे परि अंध मला हा भृंग-

लता : हा भोळा न, प्याला
सख्या, प्रेमप्याला ।

सदानंद : प्रेम? छे वेड !

लता : जरि वेडी ही प्रीत हो-
जोडीविण जगिं काय?

सदानंद : एक रात गे खेळ संगें-
मागुनि राहिल काय?

लता : प्रीतिच्या पळांत ये युगरंग

सदानंद : गमे परि अंध मला हा भृंग

(अमृत- १९४१)

गाई चंद्रिका, गाई गोपिका

गाई चंद्रिका, गाई गोपिका, गाई राधिका,
कुंजवनीं कां मुरली अधरी ! श्याम मुका?
कां रुसला माझा कान्हा? हा कळेना
कुणी लिंबलोण आणा । सखी मुरली मधुविण जीव भुका ॥

(अमृत- १९४१)

चल खेळू घोडा घोडा

चल खेळू घोडा घोडा, बघ आई माझा घोडा
का उभाच बाई वेडा, चल खेळू घोडा घोडा ।।
बसली राणी पाटावरती, गरगर फिरवित चाबूक हाती ।
टपटप उडविती टापा माती । थांब थांब रे थोडा

(अमृत- १९४१)

मुरकत मुरकत नौका ही चाले

लता : मुरकत मुरकत नौका ही चाले
सागरीं लाजरी बघ डोले
थरथर थरथर कांपे रे काया
हासना; बोल, यदुराया
सदानंद : गौळण गाई
हासत राई
श्याम भुलोनी जाई
लता : लवलि ही काया राया
बिलगली बघ पाया
सदानंद : फुलविसि तूं ग प्रीतिची बाले छाया
लता : मुरकत मुरकत नौका ही चाले
हासरी नाचरी घे झोले

(अमृत- १९४१)

तुझ्या नैनांत मैनेचे बोल ग

तुझ्या नैनांत मैनेचे बोल ग
तुझ्या चरणांत चंद्राची चाल ग
गोरे गाल, ओठ लाल, जणुं पवळ्याची नाजुक माळ
अशि लाजु नको, दूर राहुं नको
तुझ्या मिठींत माझा महाल ग
मुख मुखांत घालूं, मग बहरल शाळू
लुटूं प्रीतिचं मोती अमोल ग

(अमृत- १९४१)

या रे सारे या रे

या रे सारे नव्या युगाची
नव्या जगाची नौबत वाजे रे
जणु सागर गाजे रे

नाही कुणी उमराव
भाऊ भाऊ हा भाव
चमकत आज नवे तारे,
नवे वारे नौबत वाजे रे

एका ताटात सारे जेवू
एका सुरात हासत गाऊ
नवनिशाण उंच धरोनी
चला रे चला रे चला रे
नौबत वाजे रे जणु सागर गाजे रे

(अमृत- १९४१)

सखि, जासि का सोडूनी

राजा : सखि, जासि का सोडूनी रागे?
किती शोधू तुला ये हुरहुर लागे ॥

चोरूनी डोळे बाले तुझे
मोही ही मनाला
हरिणी कशाला?
लपसि कुठे? मिठी घाल गळा
ये धाऊनी वेगे, बघ अनुरागे
वनीं वसंत हा खेळे ।
मधु सुगंध उधळे बाले ।

उर्वशी : स्वप्नात येऊन राया कशाला ।
मोहूनी छळसी कशाला?

राजा : लाजून लपसि कशाला?
स्वप्नात कोणी न लाजे न डोले ।
नवगुलाब गाली फुले का?
कशि नयनात नाचे गे नौका?
तव मनात कोकिळ बोले ।

उर्वशी : मज नेसी कुठे मोहोनी
गुणगुणसी असा रे कानी !

राजा : चल महाली प्रियकर बोले ।

(संगम- १९४१)

बाई गुणाची माझी

बाबुराव : बाई गुणाची माझी का रुसली?
राागारागानं फुगून बसली
आला मोटारवाला । लघीनघाई चला ।
मंजू : शालू मोठा मला ।
बाबुराव : घेऊ मुंबईला ग ।
हसली रे हसली ।
लाडू, जिलब्या, मांडे आणा ।
नवरी घेईल गोड उखाणा ।
म्हणे तिकडचे माकड बघुनि
नको घरात कटकट असली
नवरा रागावला ।
पाठराखणीला तिनं कुत्रा नेला ।
कुत्र्या-मांजराची भांडाभांडी जुंपली ।
साऱ्या चाळीला झोप मग कुठली?
आले पोलिस, जोडि नाही फुटली ॥

(संगम- १९४१)

देवा तुझिया आले दारी

देवा, तुझिया आले दारी, आस आसऱ्याची ।
भुलवित माया
शिणवित काया
बेडी ही बेडी रे तोडी चरणांची ॥१॥

वणवण फिरता
शिरि-उरि फुटता
आई, तू आई विठाई गरिबाची ॥२॥

(संगम- १९४१)

पूजा शेवटची

पूजा शेवटची । पायि तुझ्या ही पूजा ॥
जाउ कुठे? बघ धीर सुटे ।
पंढरिच्या रे राजा ।
वाहत वारा । कुठला थारा ।
वादळ खवळूनी धार उठे ।
प्रभुगिरिधर, गोकुळ अजि बुडले ।
धाव झडकरी, आस तुटे । मम राजा ॥

(संगम- १९४१)

जागा का तू बाळा

जागा का तू बाळा?
हासत चाले चाळा
पेंगुळले बघ सारे तारे
झोपे शांतही वारे
वाजे अजूनि का रे
पायी घुंगुरवाळा

(संगम- १९४१)

नाही मी पोरटी

नाही मी पोरटी छोटी आता।
डोक्याला बांधला हा मोठा फेटा।
शोभे किति मजला चाळशी।
लगबग कागद घेई
कामाची घाई
नाही मी पोरटी छोटी आता!
येई न काहिच वाचाया
हं हं हं, कळलं बाई
नाही ग, दाढी नाही
आणु कशी कोठूनीया?
चल गडे शोधाया!

(माझं बाळ- १९४३)

गगनिं दीप लागले!

गगनिं दीप लागले !
कुठें बाई कान्हा ?
लगबग पांखरा,
परतुनी ये घरा !
चंद्रकोर लोपली;
फुलें झोंपलीं ना !
मंदिरिं मी एकटी फिरे;
घांस तुझा हातिं हा उरे !
हृदय रे, तुजविण झुरे;
वाट किती पाहूं !
नंदलाल ये ना !

(माझं बाळ- १९४३)

चंदेरि दरिया नाचे रे

चंदेरि दरिया नाचे रे, सखया !
जाऊं चल निवांत पैलतटा !
झरझर झरझर कापीत पाणी
जाई बाई, जलराणी हरिणीवाणी
आल्या नाचत डोलत लाटा !
हळुं हळूं वल्हव साजणा !
थरथरे उरीं नाव ना
खट्याळ नयनीं बघु नको;
जा छळूं नको !

(माझं बाळ- १९४३)

चला, चला नवबाला!

चला, चला नवबाला !
गुंफु चला सुममाला !
मानवतेची मंगल मूर्ति
तेजाचा ध्वज घेउनि हातीं
आलि उषा उदयाला !
पुढें चला ध्वज झेला !
उमलल्या कळ्या, सुरम्य बाला,
गाति मुखें 'वंदे मातरम् !'
सोन्यांत नाहूनिया
करूं विहार या सुंदर नभांत !
हीं परि धुळींत फुललिं फुलें !
नयनिं हाय ! आशा ना खेळे !
तळमळती मनीं ! कोणी न उचली !
गोड बोल ते कुणी ना बोले !

(माझं बाळ- १९४३)

फुलराणी नटुनी आली!

फुलराणी नटुनी आली !
ही डोले, घे झोले,
कशि खेळे हो !
भुरुभुरु कुंतल हाले
        घालूं वेण्या !
कानीं मोत्यांचे
        शोभति डूल ना !
उगीच कां ग घाई?
        नाहीं आज शाळा !
हाय, ऊन भाजे !
        वेळ काय खेळा?
चिमुकला प्रवाशी
        निघे कुठें जाया?
निघे हा खलाशी
        बोट चालवाया !

(माझं बाळ- १९४३)

रुसलि कां ग, माझी बाई

रुसलि कां ग, माझी बाई
छकुली जेवेना मुळिं ही !
किति किति समजावूं !
काळा बागुल आला दारीं;
त्याच्या कांबळ्यांत किति
या पोरी ! हात् रे !

(माझं बाळ- १९४३)

मी हरणुली होईन

मी हरणुली होईन
चौखुर धावेन
मुरडत मिरवीन
तू परि येता, वनात लपुनि, तुला न गवसीन ॥१॥

मी चांदणी होईन
चमचम चमकेन
नटुनी नाचेन
तू परि येता, ढगात लपुनि, तुला न गवसीन ॥२॥

मी मासोळी होईन
जळात खेळेन
शिंपली शोधेन
तू परि येता, मोती बनुनि, तुला न गवसीन ॥३॥

(अंतरिचा दिवा- १९५८)

कोण दुजा आधार

कोण दुजा आधार, तुजविण कोण दुजा आधार?-
अवतीभवती पहा दाटला अवसेचा अंधार
काजळले नभ, काजळले मन व्याकुळले मी फार-
वादळवारा झोंबत अंगा जीवनि हा अनिवार
पदराखाली इवली दिवली थरथरते हळुवार-
कशी सावरू कुठे निवारा? घालु कुणावर भार?
पतितपावना एक तुझे मज उघडे आता दार-
कोण दुजा आधार, तुजविण कोण दुजा आधार?

(अंतरिचा दिवा- १९५८)

नव्या युगाचे नव्या जगाचे

नव्या युगाचे नव्या जगाचे उभवू उंच निशाण ।
हीनदीन हे दलित गलित जे
ह्या सर्वांना ध्वज हा देईल सदैव छाया छान ।।धृ.।।
अंध अमानुष रुढी घालिती अखंड जगी थैमान
अमंगला हे त्या क्रांतीचे मुर्तिमंत आव्हान
ताठ ठेविती मान झुजुनी भीमदेव धीमान
शूर शिपाई आम्ही त्यांचे व्यर्थ न ते बलिदान
ध्वज मिरवित हा गौतम गेले टाकुनि राज्य महान
पुसुनि आसवे मानवतेची होती बुद्ध भगवान
हे समतेचे हे ममतेचे गांधीजींचे गान
हरिजन धरूनि उरी स्वीकारी जे फकिराचे वाण

(माणसाला पंख असतात- १९५८)

ये जवळी घे जवळी

ये जवळी घे जवळी, प्रियसखया भगवंता
वेढूनि मज राहसि का दूर, दूर आता

रे सुंदर तव तीरी
जग हिरवे धुंद उरी
पातेहि न गवताचे शोभवि मम माथा

निशिदिनि या नटुनिथटुनि
बघ नौका जाती दुरुनि
स्पर्शास्तव आतुर मी दुर्लभ ये हाता.

चमचमती लखलखती
तव मंदिरि दीप किती
झोपडीत, अंधारी, वाचु कशी गाथा

ये जवळी घे जवळी, प्रिय सखया भगवंता
वेढूनि मज राहसि का दूर, दूर आता

(माणसाला पंख असतात- १९५८)

टीपा

१. होळी

'होळी' ही खांडेकरांची पहिली कविता. 'नवयुग' च्या ऑगस्ट-सप्टेंबर १९१९ च्या अंकात ती प्रसिद्ध झाली आणि खांडेकर कवी म्हणून वाचकांसमोर आले. ही कविता त्यांनी 'कुमार' या टोपण नावाने प्रकाशित केली. या पहिल्या कवितेतच खांडेकरांमधला क्रांतिकारक पहायला मिळतो. केशवसुतांनी 'जुने जाउं द्या मरणालागुनि' साठी 'तुतारी' फुंकली तर सगळ्या पापांचा नाश करण्यासाठी खांडेकरांनी 'होळी' पेटवली. परंपरा रूढी, स्पृश्यास्पृश्यता नाहीशी करून खांडेकरांना नव्या मनूची निर्मिती करायची आहे. 'नवी गुढी' हे त्याचेच प्रतीक आहे. त्याचा नवा प्रकाश समाजाला नवी दिशा देणारा ठरेल, असा आत्मविश्वासही यातून व्यक्त होतो. अग्नीत सर्व काही भस्म होत असले तरी खांडेकरांना ते अपेक्षित नाही. सगळेच जुने ते नाकारीत नाहीत. परंतु ज्यामुळे समाजजीवन विस्कळीत झालेले आहे, अशी समाजातील विषमता त्यांना नाहीशी करायची आहे. लेखनाच्या प्रारंभ काळातच खांडेकरांना समाजातील या विषमतेने अस्वस्थ केले होते. स्वातंत्र्य, समता आणि बंधुत्वाचे स्वप्न पाहणारे खांडेकरांचे मन त्यांच्या पहिल्या वहिल्या निर्मितीतूनही प्रकर्षाने जाणवते.

२. भाऊबीज

सामाजिक, राष्ट्रीय, निसर्ग कवी आणि काव्य अशा विविध जाणिवांचा आविष्कार या कवितेतून झालेला आहे. होळी, दिवाळी, भाऊबीज या पारंपरिक सांस्कृतिक मूल्यांतच समाजपरिवर्तनाची बीजे दडलेली असतात. कवी खांडेकर त्याचा अतिशय मार्मिकतेने उपयोग करतात. दिवाळी हे तेजाचे प्रतीक आहे. मानवी जीवनातील अंधार नाहीसा करून तेथे प्रकाशाचा स्वर्ग त्यांना निर्माण करायचा आहे. भाऊबीज तर या सुखाचा कळसच 'भावभेद हा पळांत जेथे विलयाला जाई। प्रेमाचे साम्राज्य चहुंकडे विलसुनिया राही' भाऊबीजेचे हे सुंदर रूप खांडेकरांनी कल्पिलेले आहे. यालाच त्यांनी ब्रह्मप्राप्ती असे म्हटलेले आहे. समाजातील सर्व प्रकारचे भेदभाव नाहिसे होऊन चहुकडे 'प्रेमाचे साम्राज्य' निर्माण व्हावे, ही या कवितेमागची मूळ भूमिका आहे. या पार्श्वभूमीवर त्यांनी निसर्गातील प्रेमसाम्राज्याचा मुक्तकंठाने गौरव केलेला आहे. बालकवींची विलक्षण छाया जाणवत असली तरी-

'नवनवसाच्या भाऊबिजेच्या दिवसाची छाया ।
गगनमंडली, दावुं लागली शुभ्र धवल काया ॥
उष:काल हा भाऊ आला वेलींना दिसला ।

मनी हर्षल्या, नाचुं लागल्या, स्वागतास सजल्या ।।

यासारख्या कल्पना खांडेकरांचे वेगळेपण दाखवितात. सातव्या कडव्यात खांडेकरांनी कमल आणि भ्रमराला बहिण आणि भावाच्या रूपात कल्पून पारंपरिक कल्पनेला धक्का दिला आहे. उत्कट सौंदर्याची परिसीमा, मानवी भावनांचे विश्लेषण, लालित्यपूर्ण शब्दांचा वापर ही कवितेची वैशिष्ट्ये असली तरी दीर्घ कवितेमुळे क्वचित कुठे काव्य हरवल्याची जाणीव होते.

३. नवयुग

उदंड आत्मविश्वास व्यक्त करणारी ही कविता. 'राष्ट्राच्या इतिहासांत प्रत्येक पळ हे नवयुगच आहे' ही कवितेच्या शीर्षाखाली खांडेकरांनी दिलेली टीप अर्थपूर्ण आहे. खांडेकरांच्या प्रारंभीच्या कविता प्रामुख्याने सामाजिक-राष्ट्रीय जाणिवेच्या कविता आहेत. हे 'नवयुग' म्हणजे सामाजिक परिवर्तनाचे प्रतीक आहे. त्याचे सुंदर चित्र रेखाटण्यासाठी 'उठा उठा तर आळस भिरकुनि' 'तरुणांनो तर बांधा कमरा' असे आवाहनही खांडेकरांनी केले आहे. रसातळाला जाऊ पाहणाऱ्या राष्ट्राला वाचविण्यासाठी जातीभेद धर्मभेद, स्वार्थ, परंपरा हे सगळे विसरून स्वकर्तृत्वावर विश्वास ठेवायला हवा. असे झाले तरच सृष्टीचे सुंदर मंदिर उभारता येईल, ही जाणीवही या कवितेतून व्यक्त होते.

खांडेकरांची ही कविता 'नवयुग' (फेब्रु.-मार्च १९२०) मध्ये प्रकाशित झाली. त्यानंतर 'मनोरंजन' मासिकाच्या ऑगस्ट १९२१ च्या अंकात 'नवयुग' याच नावाची वा. कृ. भावे यांची कविता प्रकाशित झाली. भाव्यांची ही कविताही समाज परिवर्तनाची जाणीव करून देणारी आहे. नव्या युगाचा वीर आता परिवर्तनाचा झेंडा रोवणार असल्याचा आत्मविश्वास यातून व्यक्त करण्यात आला आहे. भाव्यांची 'नवयुग' ही कविता खांडेकरांच्या 'नववुग' ची उंची मात्र गाठू शकली नाही.

७. फेकलेली फुले

कवीसामर्थ्याचे चित्रण करणारी कविता. वेलीवर उमललेल्या फुलांचा सुगंध, सुगंधाची जाणीव नसलेल्या हृदयातही सुखाचा गंध निर्माण करू शकतो, किंवा काळवंडलेल्या सृष्टीला वीज हसवू शकते. अशीच शक्ती कवीच्या काव्यात असते.

'माधवराया' म्हणजे माधव ज्यूलियन असावे (?).

९. भगवा झेंडा एकच हा!

मराठ्यांच्या सामर्थ्याचे वर्णन या कवितेत आले आहे. शिवाजी महाराज,

संभाजी राजे, राणोजी, बाजी प्रभू, माधवराव पेशवे या वीरांच्या शौर्याचे स्मरण कवीने येथे केले असून त्या आधारेच मराठ्यांना आवाहन केले आहे. मराठ्यांनी टक्कर दिली तर डोंगर देखील मातीला मिळू शकतो. ज्या शिवरायाच्या राष्ट्राचा असा गौरव होतो, त्या राष्ट्रात जन्माला येऊन जर आपल्या हाताने पान हलू शकत नसेल तर तो शिवरायाच्या राष्ट्राला कलंक म्हणावा लागेल. या देशातील दुःख, दारिद्रय, विषमता नाहिसी करण्यासाठी शिवरायाच्या राष्ट्रातील या वीर मराठ्यांनी पुढाकार घ्यावा असे आवाहन कवीने केले आहे.

विजयश्रीला श्रीविष्णुपरि: विष्णु हा बलसंपन्न असा आहे. इंद्र व वृत्र यांच्यात युद्ध झाले तेव्हा वृत्र इंद्राला अनावर झाला होता. विष्णु मदतीला असल्यानेच तो वृत्राला मारू शकला. विष्णु आपल्या पराक्रमांमुळे लोकस्तुतीला पात्र ठरल्याचे वर्णन वेदांमध्ये आलेले आहे. देवासुरांचा संघर्ष झाला तेव्हा तर जिंकलेल्या असुरांनी सर्व पृथ्वी बळकावली. 'आम्हाला पृथ्वीचा काहीतरी वाटा द्या' असे देवांनी प्रार्थिले तेव्हा 'तुमच्यापैकी विष्णु आपल्या तीन पावलांनी जेवढी भूमी व्यापील, तेवढीच जागा आम्ही तुम्हाला देऊ' असे असुरांनी सांगितल्यावर विष्णुने तीन पावलातच समस्त पृथ्वी व्यापली आणि असुरांना भूमिहीन केले.

१०. पं. वा. गजानन भास्कर वैद्य

पं. वा. गजानन भास्कर वैद्य (इ. स. १८६७-१९२१) हे मुंबईच्या हिंदू मिशनरी सोसायटीचे संस्थापक होत. १८९८ पासून त्यांनी थिऑसॉफीचा प्रचार सुरू केला. दादाभाई नौरोजी यांनी काढलेल्या स्टुडंटस् लिटररी व सायंटिफिक सोसायटीच्या विद्यालयात त्यांनी १७ वर्षे शिक्षक म्हणून सेवा केली. २१ वर्षे ते मुंबई मराठी ग्रंथसंग्रहालयाचे अध्यक्ष होते. बाटलेल्या हिंदूंना स्वधर्मात परत घ्यावे, या मताचा त्यांनी पुरस्कार केला. त्यासाठी त्यांनी शंकराचार्यांना पुढाकार घेण्याची विनंती केली, पण ती व्यर्थ ठरली. तेव्हा त्यांनी जुलै १९१७ मध्ये मिशनरी सोसायटीची स्थापना केली आणि परधर्मात गेलेल्या व जन्मलेल्या सुमारे शंभर स्त्री-पुरुषांना शुद्ध करून हिंदू धर्मात घेतले. महाराष्ट्रात तेव्हापासून शुद्धिकार्याला चालना मिळाली.

१२. हा बाळ चितेवर निजला

स्वत:च्या प्राणाची आहुती देऊन या महाराष्ट्राचे रक्षण करणाऱ्या वीरांची गौरवगाथा म्हणजे ही कविता. खांडेकरांच्या मनात शिवाजी राजे तथा त्यांच्या राज्याचे रक्षण करणाऱ्या लढवय्यांबद्दल नितांत आदर होता. हा आदर कदाचित वर्तमानाकडे पाहून अधिक दुणावला असण्याचीही शक्यता आहे. वीर रसाचे एक

सुंदर उदाहरण म्हणून या कवितेचा उल्लेख करता येईल.

वडवानल : समुद्रातील पाणी

खांडेकरांनी या कवितेच्या खाली दिलेल्या टीपेत दोन शब्दांचे संदर्भ दिले आहे ते असे.

१) डोंगरातला उंदीर - मराठा.

२) अलमगिरा - अलम् दुनिया जिंकणारे; अर्थात सार्वभौम म्हणविणारे मोंगल बादशहा.

औरंगजेबाने आपल्या बापाला म्हणजे शहाजहानला आग्ऱ्याच्या किल्ल्यात कैद करून १६५८ साली दिल्लीचे तख्त काबीज केले. याप्रसंगी त्याने 'आलमगीर गाझी' अशी पदवी धारण केली होती.

१४. चल पुरे तुझें रडगाणें!

या कवितेच्या शीर्षाखाली खांडेकरांनी 'व्यक्ति व राष्ट्र या दोहोंविषयीं निराश झालेल्या एका मनाला दुसऱ्या मनानें दिलेले उत्तर' अशी टीप दिली आहे.

१७. धिःकारी

दुसऱ्याचे दुःख जे नाहीसे करू शकत नाही ते वैभव तरी कसले? निसर्गाच्या आधारे समाजातील विषमतेचे चित्र या कवितेतून रेखाटले आहे.

१८. शिव-निर्वाण

शिवाजी महाराजांविषयी व त्यांच्या कर्तृत्वाविषयी खांडेकरांना नितांत आदर होता. प्रारंभीच्या सहा कडव्यात शिवाजींशिवाय महाराष्ट्र पोरका झाल्याचे दुःख व्यक्त केले आहे, तर उर्वरित तीन कडव्यात शिवछत्रपती अजूनही अमर आहेत या भावनेने महाराष्ट्र पोरका कसला? असा प्रश्न निर्माण केला आहे. ज्याच्या अंतरंगात अजूनही शिवतेज खेळते आहे असा महाराष्ट्र पोरका कसा होणार? सूर्य मावळला तरी चंद्र प्रकाशाने रात्र उजळते, कवी मरण पावला तरी त्याची कविता सृष्टीला डोलवू शकते, सागर सुकला तरी रत्नांचे पाणी ढळत नाही, यासारख्या सुंदर कल्पना हा या कवितेचा आकर्षण बिंदू.

२१. पिकलं पान!

या कवितेच्या शीर्षाखाली खांडेकरांनी 'धर्माचा वृक्ष सनातन असला तरी नव्या युगाच्या संक्रमण काळात त्याची पिकलेली पाने गळून पडावयाचीच' अशी टीप

दिली आहे. मानवी जीवनातील हे संक्रमण सुरूच राहणार आहे, हा सृष्टीचाच नियम आहे. परंपरावाद्यांना हे संक्रमण नको असल्याने 'धर्म बुडाला, धर्म बुडाला' म्हणून ते आक्रोश करतात.

ही एक दीर्घ कविता आहे. यमक, अनुप्रासांचा मुक्त वापर केला असला तरी या कवितेत काव्य कमी असल्याचे दिसून येते.

२३. गाणें कोणाचें?

या कवितेच्या खाली खांडेकरांनी 'या गाण्यातील गाणें बहिऱ्या जीवाला देखील ऐकूं येत असतें; असह्य जगन्मित्राची ओळख करून देण्याचें कारणच नाही!' अशी टीप दिली आहे.

प्रियकराच्या अंतर्मनातलाच हा स्वर आहे. तारुण्याच्या अंधुकतेतच आता हे गाणेही अंधुक झाले असल्याने हा आत्मसंवादी स्वर प्रारंभी त्याच्या लक्षात येत नाही.

२५. वृंदावन

वृंदावनाभोवती श्रीकृष्ण लीलांचे एक वलय गुंफले आहे. रुक्मिणी प्रीती 'झाली पुराणी कथा' असे कवी म्हणतो तेव्हाच 'प्रीती चिरंजीविनी' हा दृढ विश्वास मोलाचा ठरतो. प्रीतीतून अध्यात्म, जीवनविश्वास एवढेच नव्हे तर, प्रीती जीवनातील साऱ्या संवेदनांची प्रतीती यावी अशी आहे.

२६. रांगण्याकडे दे कान !

रांगणा हा किल्ला रत्नागिरी जिल्ह्यातील कुडाळ तालुक्यात मोडतो. त्याचे दुसरे नाव प्रसिद्धगड असे आहे, परंतु तसा तो अप्रसिद्धच आहे. याची लांबी १६०० मीटर व रुंदी ९०० मीटर आहे. इ. स. १६५९ मध्ये शिवरायांनी याचा ताबा घेतला असा उल्लेख आढळतो. तर ५ सप्टेंबर १९६६ रोजी रांगणा शिवाजीकडे आला असा उल्लेखही आढळतो. म्हणजे दरम्यान हा शिवाजींच्या शत्रूंने घेतला असावा.

११ एप्रिल १६६७ ते १२ मे १६६७ या कालावधीत रांगण्यास बहलोलखान व व्यंकोजीने घातलेला वेढा शिवाजीने स्वत: हल्ला करून उठवला असा निर्देश जेधे शकावलीत आहे. सिद्दी जोहरचा पन्हाळ्याला वेढा अन् त्यानंतर शिवाजीचे पलायन ह्या शिवचरित्राच्या दृष्टीने महत्त्वाच्या अशा घटना आहेत. महाराज पन्हाळ्यावरून निसटले ते विशालगडावर पोहोचले असे आपण मानतो. परंतु ग्रँट डफ ते रांगण्यावर पोहोचले असे मानतो. हा किल्ला मुख्य इतिहासप्रवाहाशी निगडीत नसल्याने विशेष प्रसिद्ध नाही.

खांडेकरांना शिवाजी महाराजांविषयी नितांत आदर असल्याचे त्यांच्या इतर कवितांबरोबरच या कवितेवरूनही लक्षात येते. 'रांगणा' हा किल्ला अप्रसिद्ध असल्याने तसेच खांडेकर त्याच परिसरात वास्तव्यास असल्याने त्यांनी प्रस्तुत कविता लिहिली असावी.

२७. पोपटपंची

पारतंत्र्याविषयीचे दु:ख अतिशय चांगल्या पद्धतीने या कवितेतून व्यक्त झाले आहे. सोन्याचा असला तरी तो पिंजराच आहे, हे वास्तव सत्य आहे.

३४. बाळावाचून

जीवनात विफलता येण्याची अनेक कारणे असू शकतात. सगळे वैभव आहे परंतु अपत्यप्राप्ती नाही, याचे दु:ख अधिक आहे. सुंदर कल्पकता, प्रसाद युक्त शब्द, निसर्गातील विविध कल्पनांची नवनवीन अभिव्यक्ती इत्यादींमुळे ही कविता सकस झाली आहे.

३७. वंदन

ही कविता १९२४ साली लिहिली असून ती १ मार्च १९२७ सालच्या साप्ता. 'वैनतेय'च्या अंकात प्रसिद्ध झाली आहे. ही कविता महात्मा गांधीजींना उद्देशून आहे. 'वैनतेय'च्या याच अंकात सावंतवाडी-वेंगुर्ले शहरास महात्मा गांधी भेट देणार असल्याची मोठी बातमी आहे. कवितेच्या वर अस्पष्ट असे महात्माजींचे छायाचित्र आहे. ही कविता गांधीजींच्या व्यक्तिमत्त्वाचा गौरव करणारी असल्याने या अंकात जाणीवपूर्वक दिली असावी.

३८. प्रेमजीवन

सूर्य आणि पृथ्वी यांच्या म्हणजे एकूणच आकाश आणि पृथ्वी यांच्या स्वयंभू ओढीत असलेल्या प्रीतीच्या उगमावर आधारीत असलेली ही कविता. प्रेमावरची अढळ निष्ठा आणि प्रेमाची शक्ती यामुळे या कवितेला उदात्तता प्राप्त झाली आहे.

४१. आगरकर

सामाजिक रुढींवर प्रहार करणाऱ्यांविषयी खांडेकरांना आदर होता. आगरकर हे त्यापैकीच एक होत. आपल्या लेखणीने त्यांनी समाजातील अनिष्ट रूढी, परंपरा यावर टीका करून स्त्रियांच्या उन्नतिवर भर दिला. व्यक्तिस्वातंत्र्य हे आगरकरांच्या विचारसरणीचे वैशिष्ट्य होय. अशा विचारवंताची पूजा खांडेकरांनी या कवितेत बांधली आहे.

४४. आयुष्याचा ग्रंथ

ग्रंथाचे मूल्य त्याच्या आकारावरून ठरविता येत नाही. तो रसिकांना किती आनंद देऊ शकतो हे महत्वाचे आहे. अर्थातच साहित्य जीवनातील सत्याला शब्दबद्ध करणारे असावे. वास्तवाधिष्ठीत असे साहित्यच अमर असते.

४६. लोकगंगा

या कवितेतील 'वंदोनी प्रतिपाळित्यास तुडवी संहारकर्त्यास ती' या ओळीसाठी खांडेकरांनी 'विष्णुच्या चरणीं व शंकराच्या शिरीं गंगेचा वास असतो हे सर्वश्रुत आहे' अशी टीप दिली आहे.

४८. काव्यचंद्र

'रसवंती' या नियतकालिकात ही कविता प्रसिद्ध झाली आहे. 'रसवंती' हे केवळ कवितांनाच वाहिलेले असे नियतकालिक होते. 'कवितासंग्रह' म्हणूनच सर्व पृष्ठांवर त्याची नोंद आहे. खांडेकरांच्या कवितेबरोबरच या अंकात काव्यविहारी, गिरीश, यशवंत यांच्याही कविता आहेत.

५५. उदास उत्कंठा

'सांसारिक सुखदु:खांनी कंटाळलेला आत्मा परात्पराच्या दर्शनासाठी आसावला आहे' अशी टीप या कवितेच्या शीर्षाखाली खांडेकरांनी दिली आहे.

५९. आशेची आशा

या कवितेला खांडेकरांनी 'व्यवहारात ध्येयवादी मनुष्याला आशेचें क्षणमात्रच दर्शन होते; त्या क्षणाखेरीज इतर आयुष्य त्याला आशेच्या आशेवरच कंठावे लागतें' अशी टीप जोडलेली आहे.

६८. प्रेमगुणी

प्रेमाचे अस्तित्व शरीराच्या पलीकडे आहे. चांगले रंग-रूप न लाभल्याने अस्वस्थ झालेल्या रमणीला मनाच्या सौंदर्याची जाणीव या कवितेतून करून दिली आहे. काळ्या रात्रीतूनच उज्ज्वल उषेचा जन्म होतो, सावळ्या आकाशातून पडणाऱ्या सरींनीच पृथ्वी फुलून येते, सावळा कृष्णच राधेला प्रिय आहे. ज्याच्या स्पर्शाने लोखंडाचे सोने होते तो परिसच सोन्यापेक्षा अधिक महत्वाचा नाही का? खांडेकरांच्या चांगल्या कवितांमध्ये भर घालणारी ही एक कविता आहे.

७१. विरही

सुंदर संसार असार वाटावा इतके प्रेम तिच्यावर आहे, अशा उत्कट प्रेमाचे चित्रण करणारी ही कविता. 'किति किती चुंबिले' या द्विरुक्तीतून प्रत्ययाची उत्कटता वाढली आहे.

७२. सावली - २

खांडेकरांनी 'सावली' या शीर्षकाच्या दोन कविता लिहिल्या आहेत. पैकी एक जून १९२७च्या 'मनोरंजन' मासिकात प्रकाशित झाली. प्रकाशन कलाक्रमानुसार तिला 'सावली-१' म्हणून संबोधले आहे, तर दुसरी सावली ही कविता डिसेंबर १९२९च्या 'रत्नाकर' मासिकात प्रकाशित झाली आहे. तिला 'सावली-२' म्हणून संबोधले आहे. दोन्ही कवितांमधून जीवनविषयक भाष्य केलेले असले तरी 'सावली-१' या कवितेतील सामाजिक जाण अधिक तीव्र आहे, तर 'सावली-२' ही आयुष्यात पेटलेल्या वणव्याचा आदि-अंत न लागणे या विस्तृत परंतु आत्मलक्षी जाणिवेशी अधिक समरस झालेली दिसते. काव्यात्मकता, उत्कटता संवेदनशीलता इत्यादी दृष्टीने दोन्ही कविता सकस आहेत.

७५. अशोकवनांत

या कवितेला खांडेकरांनी 'कांचनमृगाची भुरळ घालून रावणानें सीतेचे हरण केले. सोन्याच्या हरिणाला भुललेल्या जानकीच्या मनांत सोन्याच्या लंकेत गेल्यावर जे विचार येउं लागले त्याचे शब्दचित्र खालील गीतांत रेखाटले आहे.' अशी टीप दिली आहे.

७६. ध्वजपूजन

स्वातंत्र्याची महती सांगणारी ही कविता प्रथम नोव्हेंबर १९३० च्या 'यशवंत' मासिकात प्रकाशित झाली. त्यानंतर १९३५ ला प्रकाशित झालेल्या 'वनभोजन' या टीका - कथा - काव्य ग्रंथात तिचा समावेश करण्यात आला. त्यात क्रमांक ३ व ६ ही दोन कडवी गाळण्यात आली असून, कडवे क्रमांक २ मधील 'मातृभूमि विनता रुतली पारतंत्र्यपंकी' या ओळीत 'नच जनता, विनता रुतली पारतंत्र्यपंकी' असा थोडा बदल केला आहे.

७८. सुधेस

ही कविता प्रथम जानेवारी १९३१ च्या 'यशवंत' मध्ये प्रकाशित झाली. त्यानंतर १९३५ ला प्रकाशित झालेल्या 'वनभोजन' मध्ये तिचा समावेश करण्यात आला.

७९. सहगमन

कवितेच्या खाली दिलेल्या टीपेत खांडेकर लिहितात- 'भावना आनंदाने स्वागताच्या पावलावर पाऊल टाकून जाते; बुद्धि मात्र जागच्या जागीं घोटाळत राहते.' ही कविता प्रथम मार्च १९३१ च्या 'यशवंत' मधे प्रकाशित झाली. नंतर १९३४ ला प्रकाशित झालेल्या 'उल्का' मधील भाऊंनी सत्याग्रहाच्या पार्श्वभूमीवर लिहिलेली कविता म्हणून ती या कादंबरीत आलेली आहे. 'उल्का' मधील या कवितेत काही शब्दांचे बदल जाणवतात ते असे- कडवे क्र. २ मधील शेवटच्या ओळीतील 'धैर्य' व 'हे' साठी अनुक्रमे 'धीर' व 'हा' या शब्दांचा वापर केला आहे, तर कडवे क्र. ४ मध्ये शेवटच्या ओळीत 'मम' ऐवजी 'मग' आणि पाचव्या कडव्यात दुसऱ्या ओळीत 'दाविति' ऐवजी 'पाविति' शब्द वापरला आहे.

८०. दंवबिंदूंचे गाणें

जून १९३१च्या 'यशवंत'मध्ये प्रकाशित झालेली ही कविता 'उल्का' कादंबरीत चंद्रकांतच्या मुखी आलेली आहे. चंद्रकांत उल्काला एखादे नवे गाणे म्हणायला सांगतो. परंतु ती म्हणत नसल्याने चंद्रकांतच 'बाळ होउ या...' हे गीत म्हणू लागतो. निसर्गाचा चैतन्यमयी आविष्कार घडविणारी एक सुंदर कविता म्हणून या कवितेचा उल्लेख करावा लागेल.

८२. तिचीं फुलें

मार्च १९३२ च्या 'नवजीवन' मध्ये प्रकाशित झालेली ही कविता 'उल्का' मध्ये घेतली आहे. आपल्या सासुबाईंना केवळ वडिलांच्या मागचा खर्च कमी व्हावा म्हणून पन्नास वर्षाच्या नवऱ्याशी लग्न करावे लागले, आणि वाघासारखा असणारा नवरा पुन्हा चार वर्षानेच अर्धांगवायुने आजारी पडतो. त्या तुलनेने आपण किती सुखी आहोत, या पार्श्वभूमीवर या कवितेचा 'उल्का' त समावेश केला आहे. हा समावेश करताना यातील पहिले कडवे वगळले असून काही शब्दांतही बदल केलेले आहेत, ते असे-

कडवे दोन - 'परि गुंफिति' ऐवजी 'गुंफितें', कडवे तीन - 'भासती तशा' ऐवजी 'हासती सदा', 'सुगंधे मन मोहुनि गेलें या ओळीऐवजी 'नवल न, मोहुनि गेले', कडवे चार - 'भुलुनि धावती' ऐवजी 'गुंगुनि जातील', आणि कडवे पाच - 'नवल असे झाले' ऐवजी 'हृदय पहा फुलले'.

८३. भाताच्या मळ्यात

'वनभोजन, (१९३३) या संग्रहात प्रकाशित झालेल्या या कवितेचा ग. ल.

ठोकळ संपादित 'सुगी' (१९३३) या काव्यसंग्रहातही समावेश आहे.

८४. कधिं पाताळांतुनी

२५ सप्टेंबर १९३३ च्या 'प्रतिभा' मध्ये छापून आलेली ही कविता चंद्रकांतने विजापूरच्या तुरुंगातून उल्काला लिहिलेल्या पत्रातील कविता म्हणून 'उल्का' कादंबरीत आली आहे. 'प्रतिभा' मध्ये कवितेच्या खाली खांडेकरांनी दिलेले शब्दार्थ असे- १) रापण - कोळ्यांचे मासे धरण्याचें मोठे जाळे, २) आगर - मिठागर, ३) चून - कातलेलें खोबरे, ४) करटी - नरटी.

८५. सांगड

या कवितेच्या खाली खांडेकरांनी दिलेले शब्दार्थ असे-

१) सुकती - ओहोटी, २) भाट - सुकतीच्या वेळी उघडा पडणारा वाळवंटाचा भाग, ३) ताउज - होडी ढकलण्याची लांब काठी, ४) तारी - होडीवाला, ५) पावलिचे - वळचणीचे, ६) सांगड - होड्यांची जोडी. (एका होडीचा तोल जाऊ नये म्हणून तिला दुसरी होडी जोडून सांगड करितात.)

८६. पणती

'घरिं एकच पणती मिणमिणती' ही उल्कामधील प्रसिद्ध कविता तत्पूर्वी २० नोव्हेंबर १९३३ च्या 'प्रतिभा' मधून 'पणती' या नावाने प्रकाशित झाली आहे. 'उल्का'त भाऊंनी लिहिलेली कविता म्हणून तिचा समावेश आहे. 'उल्का'त समावेश करताना कडवे चार मध्ये 'त्या न सती' ऐवजी 'नसति सती' व कडवे पाच मध्ये 'पहा पुढे क्षणि' ऐवजी 'पहा पुढे या' असा बदल केला आहे. ही कविता भाऊसाहेबांच्या माध्यमातून ध्येयवादी तरूणांचा दृढ आशावाद प्रगट करणारी आहे.

८७. माझी फुले

'उल्का' मध्ये आलेली ही कविता म्हणजे चंद्रकांतला पाठविलेल्या पत्रात उल्काने लिहिलेल्या 'तिची फुले' या कवितेवर, चंद्रकांतने दिलेले उत्तर होय.

८८. हा हिंद देश माझा

समाजातील विषमतेचे चित्रण करणारी ही कविता आहे. 'हा हिंद देश माझा' म्हणताना जाणवणाऱ्या उक्ती-कृतीतील बदलाचा खांडेकरांनी उपहासाने परामर्श घेतला आहे. याच शीर्षकाची कविता कवी आनंदराव टेकाडे व किसन फागू बंदसोडे यांनी लिहिली आहे. बंदसोडेंच्या 'प्रदीप' या काव्यसंग्रहात तिचा समावेश

झालेला आहे. 'पहा पहा सारे जन हो, हा हिंद देश माझा' अशी उपहासगर्भ शैली बंदसोडेंच्या कवितेतही जाणवते. समाजातील उच्च नीचतेचे भान आणून देणारी अशी ही सामाजिक कविता आहे. दलितांच्या याच दु:खाची जाणीव खांडेकरांनीही करून दिली आहे. परंतु खांडेकर याचबरोबर 'फुलतां प्रकाश तिमिरी। येतील शैल चढुनी' अशी परिवर्तनाची - आशावादी भूमिकाही व्यक्त करतात. परिवर्तनावर खांडेकरांचा विश्वास आहे, हे याचे मूळ कारण होय.

८९. रात्र नको चांदणी

आपल्या क्षणभर आयुष्यातील अल्पांश का होईना इतरांचे दु:ख निवारण्यात जावो, अशी भावना व्यक्त करणारी ही कविता.

९०. काळरात्र

भयानक आणि वत्सल यांचा सुंदर संगम असलेली कविता.

९३. घळघळ गळती तिची आसवे

'एका पानाची कहाणी' या आत्मचरित्रात(पृ. ३०८-३०९) आलेली ही कविता. दारिद्रयाने अनेक बुद्धिवान मुलांचे अकाली बळी घेतले आहे, याचे शल्य खांडेकरांच्या मनात होते. घाबरूच्या निमित्ताने खांडेकरांनी हा अनुभव अगदी जवळून घेतला आहे. घाबरू हा ख्रिश्चन कोळी असलेला विद्यार्थी. दारिद्र्य, बुद्धिमत्ता आणि प्रामाणिकपणा यांचे मिश्रण असलेला. परंतु औषधपाण्यावाचून, सकस अन्नावाचून तो मरण पावला. खांडेकरांनी ही कविता लिहिली तेव्हा घाबरूच्या मृत्यूला जवळजवळ तीस वर्षे लोटली होती. एका हुशार, बुद्धिवान , दरिद्री मुलाला आपण वाचवू शकलो नाही, याची खंत खांडेकरांना सतत बोचत होती. घाबरूच्या आईचे दु:ख तर शब्दातीतच. हे केवळ घाबरूच्या आईचेच नव्हे तर भारतातील लक्षावधी मातांचे दु:ख आहे. अश्वत्थाम्यालाही दूध मिळाले नाही. त्याने दूधाचा आग्रह धरला तेव्हा दरिद्री द्रोणाची पत्नी कृपी त्याला पिठाचे पाणी दूध म्हणून पाजते. मुलाला आपण फसवलं या जाणिवेने ती रडते, परंतु मुलाला हे तिला सांगताही येत नाही. या देशात असे असंख्य अश्वत्थामे आहेत आणि असंख्य माता आहेत. धर्म, जाती यापेक्षाही समाजाचे तुकडे करण्यास दारिद्र्य हेच कसे कारणीभूत आहे, याची जाणीव खांडेकरांना होती.

९६. शाम माझा पाहिला का?

खांडेकरांनी 'छाया' चित्रपटासाठी प्रथम गीतरचना केली. 'शाम माझा पाहिला

का' हे त्यातील पहिलेच गीत होय. हे गीत नाट्यगीतासारखे एका अंतऱ्याचे आहे. खांडेकरांची बहुतेक गीते अशी लहान आकाराची असल्याने गायकीसाठी अधिक वेळ मिळावा ही त्यामागची भूमिका असावी, असे वाटते.

९८. या या, राया

९९. सख्या राया

ही दोन्ही गीते उषाने म्हटली आहेत. पहिले अशोक सोबत फिरताना तर दुसरे बागेत फुले तोडताना. दासोपंत या वयस्क माणसाशी केलेल्या लग्नाचे दुःख विसरण्यासाठी ती गात असायची.

१०३. एक होता राजा

'सुखाचा शोध' मधील हे गीत उपहासप्रधान आहे. त्यावेळच्या महागड्या मुंबईचा उल्लेखही यात आला आहे.

१०५. मम मनी हास ना रमणा

गीतकार खांडेकर नाट्यगीतांच्या जवळपासच वावरताना दिसतात. खांडेकरांना नाट्यलेखनाचा छंद होताच.त्याचाही हा परिणाम असावा. खांडेकरांचे हे गीत 'मम मनि कृष्ण सखा रमला' ची आठवण करून देणारे आहे.

१०८. रूसला कान्हा

'रुसला कान्हा' या गीताने खांडेकरांना उत्कृष्ट गीतकारांच्या पंक्तीत नेऊन बसविले. लोकप्रिय लावणी वाङ्मयप्रकाराचा वापर येथे केला आहे.

१०९. मी अलबेली

मुंबईला आत्मारामपंतांच्या खोलीत आधुनिक पद्धतीने पोषाख केलेल्या चिमीने लाजत लाजत म्हटलेले गीत.

११०. लाजत लाजत पाहसि

पोस्टमन घरात पत्र टाकून गेल्यावर कावेरी व चिमी ते वाचत असताना यमी ते त्यांच्या हातातून ओढून घेते आणि ती थट्टेच्या सुरात हे गीत म्हणते.

१११. हास हास ग बाले

लग्न जमले या वार्तेने सुखावून गेलेल्या चिमीने म्हटलेले हे गीत. सुरेख कल्पनांमुळे हे गीत रसिकप्रिय झाले.

११२. जरा हासून बघ मोहिनी

'लग्न पहावं करून' मध्ये गुंड्याभाऊंनी म्हटलेले हे लावणीसदृश्य गीत.

११५. नाहीं हो पाहत कोणी

११६. चंदनी पाट

११८. गाई चंद्रिका, गाई गोपिका

ही तीन गीते बाप्पांची मुलगी लता हीने म्हटलेली आहेत. लता ही काव्यवेडी आहे. या गीतांतून तिच्या स्वप्नाळू वृत्तीबरोबच मानवाच्या चिरंतन वासना, भावना आणि शाश्वत मानवी मूल्यांचीही जाणीव होते.

१२२. यारे सारे यारे

श्रीमंत व गरीब ही दोन्ही एक झाली आहेत आणि सारेजण आनंदाने नवयुगाचे स्वागत करीत आहेत. या गीतानेच 'अमृत' हा चित्रपट संपतो. खांडेकरांना अपेक्षित असलेल्या समाज परिवर्तनाचेच हे चित्र होय.

१२५. देवा तुझिया आले दारि

१२६. पूजा शेवटची

ही दोन्ही भक्तिगीते असून 'संगम' मधील मावशीने ती म्हटली आहेत. भक्ती आणि कारुण्य यांचा अप्रतिम संगम यात झालेला आहे.

१३७. ये जवळी घे जवळी

वरकरणी आध्यात्मिक वाटणाऱ्या या गीतातूनही स्पृश्यास्पृश्यतेची खंत प्रगट झाली आहे. या गाण्यासंबंधी लता मंगेशकरांनी म्हटले आहे 'या गाण्यात समुद्र आणि त्याच्या शेजारचा खडक यांना मध्यवर्ती स्थान देऊन त्यांच्या रुपानं आपल्या समाजातील स्पृश्य अस्पृश्यवादावर खांडेकरांनी प्रकाश टाकला आहे.' (पहा- 'प्रसंगानुरूप असलेली खांडेकरांची चित्रगीते'- श्री. गंगाधर महाम्बरे, लोकसत्ता, ९ ऑक्टो. १९९७.)

काव्यज्योती

संपादक

भ. व्यं. देशमुख

___

लेखक परिचय

वि. स. खांडेकर

'...शिक्षक आणि पालक या दोन्ही नात्यांनी मला नेहमी असे वाटत आले आहे, की दहा ते पंधरा वर्षांच्या मुलामुलींच्या मनांवर कोमल कल्पनांचे आणि उदात्त भावनांचे जेवढे संस्कार करता येतील, तेवढे समाजाने आवर्जून केले पाहिजेत. जीवनधर्माची जाणीव अंत:करणात लहानपणी न मुरल्यामुळे आजचे जग शांतीसुखाला पारखे झाले आहे. ती दुर्लभ शांती सामान्य माणसांच्या अंत:करणातील मानवतेची भक्ती पाहूनच पुन्हा या जगात अवतार घेईल.

अशी भक्ती लहान मुलांच्या मनात निर्माण करण्याची साधने दोनच आहेत उत्कृष्ट आणि उदात्त काव्य; व रामायण, महाभारत, बायबल यांसारखे ग्रंथ! या संग्रहातल्या प्रत्येक कवितेत असे काही तरी अंत:करणाला विशाल करणारे, मनावरली काजळी झाडून टाकणारे, आत्म्याच्या सुप्त सामर्थ्याला आवाहन देणारे भरले आहे, असे वाचकांना आढळून येईल.

अंधारात तारका पाहून मनाला धीर येतो ना ? जीवनमार्गावरल्या प्रवाशाला 'काव्यज्योती'तल्या अनेक कविता तशाच वाटतील.'

– वि. स. खांडेकर

www.ingramcontent.com/pod-product-compliance
Lightning Source LLC
Chambersburg PA
CBHW050354030726
47503CB00006B/1846
* 9 7 8 8 1 7 1 6 1 8 5 0 7 *